दुनिया तुला विसरेल

वा.वा.पाटणकर यांच्या शायरीचं रसग्रहण

वपु काळे

मेहता पब्लिशिंग हाऊस

© +91 020-24476924 / 24460313

Email : info@mehtapublishinghouse.com
production@mehtapublishinghouse.com
sales@mehtapublishinghouse.com

Website : www.mehtapublishinghouse.com

◆ *या पुस्तकातील लेखकाची मते, घटना, वर्णने ही त्या लेखकाची असून त्याच्याशी प्रकाशक सहमत असतीलच असे नाही.*

DUNIYA TULA VISAREL by V P KALE

दुनिया तुला विसरेल (वा. वा. पाटणकर यांच्या शायरीचं रसग्रहण) :
वपु काळे / ललित

© स्वाती चांदोरकर व सुहास काळे

मराठी पुस्तक प्रकाशनाचे हक्क मेहता पब्लिशिंग हाऊस, पुणे.

प्रकाशक   : सुनील अनिल मेहता, मेहता पब्लिशिंग हाऊस,
१९४१ सदाशिव पेठ, माडीवाले कॉलनी, पुणे – ४११०३०.

मुखपृष्ठ   : कमल शेडगे

प्रकाशनकाल : ऑगस्ट, १९९६ / जून, २००० / जुलै, २००४ /
मे, २००९ / जुलै, २०११ / मार्च, २०१३ /
डिसेंबर, २०१४ / पुनर्मुद्रण : नोव्हेंबर, २०१७

P BOOK ISBN 9788177664829
E BOOK ISBN 9788184985863

E Books available on : play.google.com/store/books
m.dailyhunt.in/Ebooks/marathi
www.amazon.in

भाऊसाहेबांच्या मैफिलीचा प्रत्यक्ष
अनुभव घेणाऱ्या त्यांच्या असंख्य
रसिकांना–

–वपु

सितारोंके आगे जहाँ और भी है
अभी इश्क के इम्तहाँ और भी है ।

"...तारका, नक्षत्रे अतिशय सुंदर दिसतात. परंतु ती काही सौंदर्याची अंतिम मर्यादा नाहीय. (त्या पलिकडेदेखील विश्वाचा पसारा आहे अन् तेथेही सौंदर्य आहेच) अन् म्हणूनच तुझ्या (सौंदर्य) प्रेमाला अद्याप सत्त्वपरीक्षांतून जायचंय..."

वपुंचं अतिसुंदर हस्तलिखित चाळताना डॉ. महंमद इकबाल यांचा शेर वारंवार मनात तरळून जात होता. व्यवसायाने आर्किटेक्ट अन् इंटिरिअर डेकोरेटर असणारे वपु जे जे म्हणून काही सुंदर आढळेल त्याचा निस्सीम उपासक! प्रत्येक गोष्ट रेखीव नि सुंदर असण्यावर कटाक्ष. जराही कुठे खाडाखोड नसलेलं, अत्यंत सुबक काळ्याभोर अक्षरात लिहिलेलं. चारही बाजूंना समास व्यवस्थित सोडलेले. कागदाचा पोत आणि रंग, शाई, अक्षरांचा आकार आणि वळण, शब्दांची व्यवस्थित जागा सोडून केलेली मांडणी...सर्व काही उच्च अभिरूची दाखविणारं. सौंदर्याचा परीसस्पर्श लाभलेलं. सहाजिकच विचारात आणि कल्पनाविलासात सौंदर्याचा आविष्कार आढळला नाही तरच नवल!

केव्हातरी मीच वपुंचं शब्दचित्र रेखाटलं होतं—'कुणातही जरासा सद्गुण दिसला तरी त्याचं मनापासून कौतुक करणारा, अत्यंत प्रतिभावान कथालेखक, कथाकथनकार, नाटककार, कलावंत...सर्व काही असणारा माझा हळवा सौंदर्ययात्री प्रिय मित्र वपु.'

खरं तर वपुंसारख्या सौंदर्योपासकाने भाऊसाहेब पाटणकरांच्या अतिमोहक शायरीवर केव्हाच लिहावयाला हवं होतं. परंतु निदान आज तरी वपुंच्याच समर्थ लेखणीतून भाऊसाहेबांच्या मैफिलीचा प्रत्यक्ष अनुभव आणि त्यावरील प्रकट चिंतन रसिकांच्या सेवेत पेश केलं जात आहे हेही नसे थोडके!

जवळपास तीस वर्ष उलटून गेली असतील. आता नीट आठवत नाही, परंतु पानशेतच्या प्रलयानंतर दोन-तीन वर्षांत केव्हातरी म्हणजे सुमारे १९६४-६५ च्या

सुमारास कै. श्री. के. क्षीरसागरांनी पुण्यातील महाराष्ट्र साहित्य परिषदेत भाऊसाहेबांच्या मराठी शायरीची मैफिल आयोजित केली होती. त्या काळातील मराठी वाङ्मयाचे आणि साहित्याचे बहुतेक प्रस्थापित जाणकार उर्दू ढंगाची शायरी मराठी भाषेत रचताच येणार नाही या ठाम मताचे होते. हिंदी-उर्दू भाषांमध्ये सलग दोन क्रियापदं उपयोगात आणण्याचा प्रघात असल्यामुळे उर्दू शायरीतील 'काफिया-रदीफ'युक्त आकृतिबंध रचणं सुकर होतं. ते नसल्यामुळे मराठी भाषेत त्या ढंगाची शायरी करताच येणार नाही हे 'प्रस्थापित मत' अनेक तथाकथित जाणकार ऐकवीत असत. कदाचित श्री. के. क्षीरसागरांच्या कानापर्यंतदेखील हे मत जाऊन पोहोचलं असावं. त्यांनी भाऊसाहेबांची मैफिलच आयोजित केली.

मैफिलीत भाऊसाहेबांच्या शायरीने इतका काही रंग भरला की तथाकथित जाणकारांची वाताहत होऊन मैफिलीनंतर भाऊसाहेबांच्या शायरीवर चर्चा करण्यास या महाभागांपैकी एकहीजण उपलब्ध नव्हता. पुणेकर श्रोते–त्यात मीही एक होतोच–भाऊसाहेबांच्या शायरीने धुंदावून गेले होते. उर्दू गुशायऱ्यात श्रोते धुंदावून जाणं हा नित्याचाच अनुभव आहे. परंतु मराठीत तो अनुभव सर्वस्वी नवा आणि स्वागताई होता.

काव्यरचनेचे-छंदवृत्ताबाबतचे नियम भाऊसाहेबांनी काटेकोरपणे पाळले नव्हते. फार काय कित्येक ठिकाणी 'शायराना इजाजत' घेतली होती. परंतु त्यांचा कल्पनाविलास आणि पेशकारीतील उन्मेष इतका प्रभावी होता की त्या पेशकारीची धुंद न चढलेला श्रोता मैफिलीत सापडणं अशक्यच होतं. या मराठी शायरीतील दार्शनिक काव्य तर मोहून टाकणारं होतं.

भाऊसाहेब पाटणकर स्वत: व्यवसायाने एक निष्णात वकील, संस्कृत भाषेवर प्रभुत्व, वेदान्त आणि दार्शनिक यांचा गाढा व्यासंग असणारे पंडित आणि त्याचबरोबर उर्दू शायरीचे उत्तम जाणकार. या सर्व गोष्टी एकत्रित केल्यानंतर त्यांच्या प्रतिभेतून फुलणारी शायरी आणि कल्पनाविलास–मग तो कोणत्याही भाषेत मांडलेला असला तरी सामान्य असू शकत नाही हे सांगण्याची आवश्यकता नाही.

वपु म्हणतात, 'मला स्वत:ला भाऊसाहेबांच्या निर्मितीला नेमक्या कोणत्या वर्गात टाकावं, असा सो कॉल्ड समीक्षकांप्रमाणेच केव्हाच प्रश्न पडला नाही. मला भूल पडली ती त्यांच्या विचारांची, समृद्ध कल्पकतेची, उपहासाची...' अन् त्याच ओघात प्रांजळपणे बोलून जातात 'या लेखनात भाऊसाहेबांचे शब्द तुम्हाला भेटतील...भिडतीलही. पण कडकडून आलिंगन देणार नाहीत. ते सामर्थ्य भाऊसाहेबांच्या मैफिलीतच अनुभवाला येईल.' अन् मैफिलीचं वर्णन करताना म्हणतात, 'या मैफिलीचं एक वेगळं गारुड आहे. मैफिलीत तुम्ही स्वत:च्याच आयुष्यात हरवता. आणि एरवी तुम्ही जेव्हा भटकत असता तेव्हा भाऊसाहेबांच्या कोणत्या ओळी

भेटतील? सांगता येत नाही.'

प्रकट चिंतनात बोलता-बोलता वपु इतक्या सहजपणे तत्त्वज्ञानाची पातळी गाठतात की ललित लेखन कोठे संपलं आणि दार्शनिकाची सीमा केव्हा ओलांडली गेली ते जाणवू नये. आणि तरी वपुंचं वास्तवाचं भान सुटत नाही. '...नियतीने बुद्धीबरोबरच अहंकाराचं व्हायरस माणसाला बहाल केलंय. स्वातंत्र्याच्या कितीही गप्पा मारल्या तरीही कोणत्या देशात, गावात, फार कशाला, कोणत्या आईबापाच्या पोटी जन्म घ्यावा हेही आपल्या हातात नाही.'

या संदर्भात 'जौक्र' देहलवींचा एक फार सुंदर शेर मनात तरळून जातो–

'...नियतीने जन्माला घातलं म्हणून या जगात आलो अन् आता मृत्यू घेऊन चाललाय तर निघालो...(केवढी ही आगतिकता!) स्वतःच्या खुशीने आलोच नव्हतो अन् जातोय तेदेखील स्वतःची मर्जी म्हणून नव्हे.'

लायी हयात आये कजा ले चली चले

अपनी खुशी न आये न अपनी खुशी चले ।

माणसाच्या जीवनात वंचना आणि दुःख हा जणू स्थायीभावच असतो. त्यावर वपुंचं भाष्य मोठं वेधक आहे. 'कोल्ह्यासारखे लबाड मित्र आणि लांडग्यासारखे लचके तोडणारे नातेवाईक अन् स्वतःच्या हितासाठी जनतेच्या नरडीचा घोट घेणारे राज्यकर्ते यांच्या कळपातून बाहेर पडल्यानंतर 'इसापनीती'मधील कोल्हा किंवा लांडगा यांना माणसांप्रमाणे वाचा कशी फुटली हा तर्क करावासा वाटत नाही.'

आयुष्यात नाना प्रकारची दुःखं असतात, परंतु संवेदनाशील, भावनाप्रधान माणसाला वंचना आणि वंचनेचं दुःख सर्वाधिक जाणवतं. मग तो अंतर्मुख होऊन त्या प्रश्नाचं उत्तर शोधू लागतो, 'खरंच माणसं अशी का वागतात?'–अन् मग कुणावरही दोषारोप करण्याऐवजी तो ज्या दुःखभावनेनं उदात्तीकरण करू लागतो. माणूस हा एकमेव प्राणी असा आहे की ज्याला स्वतःच्या वेदनेतदेखील सौंदर्य आढळतं. यातूनच कवितेचा जन्म होतो.

आज जग अतिशय वेगाने बदलत चाललं आहे. सामाजिक कल्पना, मूल्यं, नीतीमत्ता–सर्वच काही बदलत चाललं आहे. माणूस तर कल्पनेबाहेर आत्मकेन्द्रित बनला असून अत्यंत स्वार्थी आणि भावनाशून्य झाला आहे. त्यासंबंधीच्या भाऊसाहेबांच्या काव्यपंक्ती वपुंना हेलावून टाकतात.

वपु लिहितात–'पुढची पिढी झपाट्याने अलिप्त होत आहे. फक्त स्वतःपुरतं पाहत आहे. या अनुभवांनी अनेक कुटुंब व्यथित झालेली दिसतात. भारताची अमेरिका होऊ नये म्हणून विचारवंत गलबलून गेलेला दिसतो.'

वपुंच्या निरुपणाने सहजच चित्र उभं राहिलं–

'सर्व हळुवार, कोमल भावना गुंडाळून ठेवून निर्लज्ज कोडगेपणाने फक्त स्वार्थच पाहायचा ठरविला तर मग विश्वास, प्रेम, स्नेह सर्व कल्पनाच बाद ठरतात. कसलाही विधिनिषेध बाळगायचा नाही असं एकदा ठरवलं की मग वाईट तरी कशाचं वाटणार आहे?'

मै भी अब सोच रहा हूँ के तुम्हारी तरह
बेचकर खुदको ये बाजार खरीदा होता ।

आपल्या हयातीत नेहमी आपल्या पुढे-पुढे करणारे नातेवाईक, आप्तेष्ट वगैरे मंडळी आपल्या मृत्यूनंतर आपल्याबद्दल काय उद्गार काढतात ते ऐकून आपली शेवटची अन् एकुलती एक आठवण देणारी तसबीरदेखील भाऊसाहेबांनी उद्वेगाच्या भरात उचलून नेली.

ओशाळलो ऐकून, नेली तसबीर मी उचलुनी
सांगतो याची तिथे चर्चाही ना केली कुणी ।

नेमकी याच वागण्याची वपुंना खंत आहे.

'माणसाला माणसाची पर्वा राहिली नाही याचं हे गमक आहे. घरातून प्रत्यक्ष घडणाऱ्या घटनांबद्दलही पुढची पिढी उदासीन दिसते.' अन् लागलीच ते पुस्ती जोडतात, 'पुढील पिढी असं म्हणायचं कारण नाही. अनेक समकालिनांचे संसार मी पाहिले. कितीतरी माणसांचा घरातला वावर हा अत्यंत वरवरचा असलेला पाहिला.'

मृत्यूवर भाष्य करताना माणसाचा आत्मकेन्द्रित, स्वार्थी स्वभाव आणि तऱ्हाईतपणे वागण्याची, भावनाशून्य वृत्ती यांचे भाऊसाहेबांनी मोजक्या शब्दांत सुरेख वर्णन केलं आहे. त्या भावचित्राच्या अखेरीस भाऊसाहेब बोलून जातात–

रोखता आलाच नाही पूर अश्रूंचा मला

आणि भावनाप्रधान वृत्तीचे वपु कासावीस होऊन जातात. दिवसागणिक ही आत्मकेन्द्रित स्वार्थी वृत्ती आणि आपण स्वत: सोडून इतरांबाबत वाटणारी त्रयस्थ भावनाशून्य उदासीनता समाजात झपाट्याने वाढत चालली आहे. त्याबद्दल वाटणारी खंत वपुंच्या लेखनात जागोजागी डोकावते. निरुपणाच्या ओघात सहजच ते एक सुरेख दृष्टान्त देऊन जातात–

'...कुणा न कुणाच्या रिसेप्शनसाठी पतिपत्नी बाहेर पडतात. परंतु आज तू मस्त दिसतेयस असं किती नवरे म्हणतात?–जे म्हणत नसतील त्यांनी म्हणून बघावं.' असा सल्ला देऊन वपु म्हणतात, 'नेसलेल्या नव्या साडीमध्ये सप्तरंगात येणार नाही असा एक नवा रंग जन्माला येतो.'

या अति तरल मनोविश्लेषणाला दाद देताना जाँ निसार अख्तर यांचा एक शेर सहजच मनात तरळून जावा–

'...या नव्या पेहरावाची रंगसंगती तुला इतकी खुलून दिसतेय, परंतु तुझ्या असामान्य लावण्यमयी व्यक्तिमत्त्वाची तेजोमयता त्यात मिसळलीय (अन् म्हणूनच तो इतका सुरेख दिसतोय) हे कबूलच करायला हवं.'

माना के रंगारंग तेरा पैराहन भी है

पर इसमे कुछ करिश्म-ए-अक्से-बदन भी है ।

भाऊसाहेबांच्या शायरीतील कल्पनाविलास, त्यातील शृंगार, विनोद (विशेषत: दार्शनिक) अत्यंत लोभसवाणा आहे. ज्यांनी त्यांच्या मैफिलीत हजेरी लावली असेल त्यांना प्रत्यक्ष अनुभवच आहे. परंतु ज्या रसिकांना ते भाग्य लाभलं नाही त्यांच्यासाठी वपुंचं हे लिखाण बरंच काही देऊन जाईल. तरल अव्यक्त मनोव्यापार उलगडून त्यातील अतिमनोहर पैलू रसिक वाचकांसमोर मांडण्यात वपुंची क्वचितच कुणी बरोबरी करू शकेल. परंतु या लेखनातील निरूपण वाचताना वपु आता अध्यात्माकडे वळू लागले आहेत असं वाटल्यावाचून राहत नाही. तसं घडलं तर सौंदर्ययात्री वपु दार्शनिकातील विविध मनोहर पैलू तितक्याच उत्कटतेने रसिक वाचकांसमोर पेश करतील. त्या दृष्टीने त्यांचं आगामी काळातील लेखन रसिकांच्या लेखी मोठाच उत्सुकतेचा विषय ठरावा.

मैफिलीचं शब्दचित्र रंगविताना वपु म्हणतात, 'खणखणीत आवाजातंल, मागे रेंगाळणारं, दिलखुलास हसणं... या हसण्यातच भूतकाळातील एकाही क्षणाबद्दल पश्चात्ताप नसल्याची ग्वाही आहे. अन् भूतकाळाला आव्हानही आहे की बेट्या, जर पुन्हा जगण्याची संधी दिलीस तर पुन्हा अशीच बेवकूफी करीत असाच जगेन.' अन् लागलीच आपल्या खास शैलीत पुस्ती जोडतात, 'ही बादशाही पुन्हा होणं नाही. स्वत:चं रक्त आणि अश्रू शिंपून स्थापन केलेली ही बादशाही... ही बादशाही आता पुन्हा होणं नाही.'

शब्द मनाला कुठंतरी खोलवर स्पर्श करून जातात.

प्रिय वपु, ही बादशाही कदाचित पुन्हा होणे नसेलही. परंतु त्या बादशाहीची चक्षुर्वैसत्यं अशी आगळीवेगळी बखर तुम्ही सुवर्णाक्षरात लिहून ठेवलीयत. त्याबद्दल तुमच्या अगणित रसिक चाहत्यांसमवेत माझीही

तहे-दिलसे मुबारक बात... इस कोशिशका लाख लाख शुक्रिया... आदाब...

—सुरेशचंद्र नाडकर्णी

आषाढ शुद्ध प्रतिपदा
१७ जून, १९९६

एक प्रशस्त हॉल. तीस-पस्तीस माणसं आरामात बसू शकतील किंवा पन्नासपर्यंत माणसं दाटीवाटीने सामावली जातील इतपत प्रशस्त.

हॉलच्या मध्यभागी गालिचा. जमिनीचा उरलेला भाग निरनिराळ्या रंगांच्या सतरंज्यांनी झाकलेला. एका भिंतीला एक गादी, एक लोड, त्यावर पांढरी स्वच्छ चादर असल्यास एखादा विणलेला रुमाल. विमल, कुसुम किंवा तत्सम नावाच्या मुलीने सासरी जाण्यापूर्वी रात्रीचा दिवस करुन विणलेला.

निमंत्रित जमा होऊ लागतात. त्यापैकी काहीजण कार्यक्रम कसा असतो ते माहीत असल्यामुळे पुन्हा आलेले. अशा व्यक्तीमध्ये सुशीलकुमार शिंदे, पी. सावळाराम, सुरेशचंद्र नाडकर्णी किंवा विद्याधर गोखलेसुद्धा. अशी मान्यवर मंडळी वगळली तर बाकीचे 'अमक्या-तमक्याने' हा कार्यक्रम सोडू नकोस असं बजावल्यामुळे जमलेले. क्वचित काहीजण मध्यंतरात किंवा त्यापूर्वी सटकता यावं म्हणून दरवाजा धरुन बसलेले.

अशा घरगुती कार्यक्रमाच्या बाबतीत मी स्वतः कायमच साशंक असतो. कारण आपण ज्यांना रसिक समजतो ती मंडळी पाठीचं दुखणं असल्याप्रमाणे चारही भिंतींना पालीसारखी चिकटून बसतात. मधली जागा रिकामी राहते. कोणत्याही राजकीय नेत्यापासून पंचवीस फुटांवर बसावं, अशा पद्धतीने ही माणसं बसतात. 'पुढे सरकून घ्या!'-असं कळकळीचं आवाहन करावं लागतं.

ह्या मैफिलीची शान मात्र वेगळीच आहे. मैफल म्हटल्यावर बादशाहला त्या वेळेची फारशी पर्वा नसते. बादशहा म्हटल्यावर वेगळाच. हा स्वतःची लहर सांभाळीत नाही. रसिक आणि कलावंत ह्यांच्या लहरीचा इथं संगम होतो. दोन प्रवाह ज्या क्षणी एकमेकांवर झेपावतात तिथं खळखळाट जास्त असतो. पण दोन्ही प्रवाह विलीन झाले म्हणजे, संथ जलाशयावरचे फक्त तरंगच दिसतात. तरंगांना ज्याप्रमाणे जलाशयापासून भिन्न करता येत नाही, त्याप्रमाणे इथंही रसिकांना कलावंतापासून दूर करता येत नाही. म्हणूनच ह्या बादशहाची मैफल जाहीर केलेल्या वेळेअगोदरच सुरु होते. फक्त आता तो खास घातलेल्या बैठकीवर बसलेला नाही तर श्रोत्यांच्या घोळक्यात मध्यभागी आहे. तो एकटाच बोलतोय

आणि बाकीच्यांना 'वा! वा!' म्हणण्यापलीकडे काम उरत नाही. योगायोग असा, ह्या बादशहाच्या आद्याक्षरांतच वा. वा. ही अक्षरं आहेत.

"अरे, आम्ही वरुन येतानाच वा. वा. म्हणत आलो, तुम्ही म्हणा अगर म्हणू नका."

ह्या इथूनच ह्या 'वा वा'मध्ये रसिकांचा तिसरा 'वा' मिळतो. आता ह्या गृहस्थाला वा.वा.वा. पाटणकर म्हणावं लागतं आणि इथून पुढं त्याच्या नावामागे किती 'वा' लावायचे ह्याचं श्रोत्यांना भान राहत नाही.

विषय शायरीचा आहे.

असायलाच हवा.

मध्येच एक खणखणीत आवाजातलं, मागे रेंगाळणारं दिलखुलास हसणं कानावर येतं. तसे सगळेच खदखदत असतात. पण हे हसणं निराळंच. वाद्यवृंदात हे श्रीकृष्णाचे वाद्य. ते छेद देणारच. तसं हे हसू. ह्या निव्वळ हसण्यातच भूतकाळातल्या एकाही क्षणाबद्दल पश्चाताप नसल्याची ग्वाही आहे. इतकंच नव्हे तर ह्या भूतकाळाला त्या हसण्यात एक आव्हान आहे की,'बेट्या, पुन्हा जर जगायची संधी दिलीस, तर अशीच बेवकुफी करत असाच जगेन. कारण ह्या बेवकुफीची व्याख्याच निराळी आहे.'

ही बादशाही पुन्हा होणे नाही. स्वत:बरोबर तो ती घेऊन जाणार आहे. तो ती कुणाच्याही नावावर मांडून ठेवू शकत नाही. अनेक इस्टेटीपैकी एक-दोन इस्टेटीच मागे ठेवता येतात. बाकीच्या बरोबर न्याव्या लागतात.

म्हाताऱ्या आजीने पाठीवर हात ठेवून केलेला थरथरता स्पर्श, परक्या गावात अनोळखी वळणावर आलेला रातराणीचा सुगंध, 'इजाजत' चित्रपटातील 'मेरा कुछ सामान' हे गाणं ऐकताना आपल्याला आठवणारे आपले गहाळ क्षण, आपल्या अपत्याचं पहिलं दर्शन, प्रेयसीने टाकलेला कौतुकाचा कटाक्ष ह्या इस्टेटीबरोबरच न्याव्या लागतात.

तसंच ह्या बादशाहीचं. कारण ही बादशाही परंपरेने चालत आलेली नाही. ह्या बादशहाने स्वत:चं रक्त आणि अश्रू शिंपून ही बादशाही स्थापन केलेली आहे. वास्तविक बादशाही किंवा राज्य स्थापन करायचं म्हणजे आजवरचा संकेत असा की, रक्त दुसऱ्यांचं आणि अश्रूही दुसऱ्याचेच. अहिंसेच्या जोरावरच भारताला स्वातंत्र मिळालं असं आपलं म्हणायचं.

पण वर सांगितल्याप्रमाणे हे 'कलम'च निराळं आहे. सगळे संकेत झुगारुन देण्यासाठीच हे जन्माला आलं. इथं सबकुछ स्वयंसिद्धतेने घडलं-घडवलेलं. रक्तही स्वत:चंच आणि अश्रूही स्वत:चेच.

अश्रू स्वत:चेच, स्वत:साठी गाळलेले. तेही का? तर त्याचा इतिहासही

आगळावेगळा. इथं तळतळाटाचे अश्रू नाहीत वा पश्चातापाचे. इथं अश्रू एखाद्या दौलतीसारखे जपलेले. खास म्हातारपणासाठी जतन केलेले. आसवं गाळतानाही भाऊसाहेब पाटणकरहोय, ह्या बादशहाचं नाव आहे भाऊसाहेब पाटणकर, वा.वा. पाटणकर– ते म्हणतात त्याप्रमाणे खरोखरच त्यांच्या नावातच वा. वा. आहे. मधला 'ह' हा 'सायलेंट' आहे. पण संपूर्ण आयुष्य हसत हसत घालवून भाऊसाहेबांनी तो 'ह' मैफिलीत आणून बसवला.

सांगत होतो ते वेगळंच. भाऊसाहेब अश्रूबद्दलसुद्धा रडत-रडत सांगत नाहीत, गौरवाने सांगतात. किंबहुना अश्रूंचा वापर कधी करायचा ह्याचा संदेशच देतात. हातापायांतलं त्राण गेल्यावर आणि मानसिक धक्के बसल्यावर किंवा भावनांवर आघात झाल्यावर डोळ्यातून पाणी येणं हे स्वाभाविकच आहे, ही संकल्पनाच ह्या बादशहाने बदलली. ते म्हणतात,

आसवे इतुक्याचसाठी नाही कधी मी गाळिली
गाळायची होती अशी की नसतील कोणी गाळिली
आसवांच्या या धनाला जाणून मी सांभाळिले
आज या वृद्धापकाळी यांनी मला सांभाळिले

मैफिलीकडून प्रतिसाद मिळतो. मी हळूच श्रोत्यांकडे नजर टाकतो. कितीतरी चेहऱ्यांकडे पाहिल्यावर मला जाणवतं की, लहानपणी आईवडिलांचं छत्र नाहीसं झाल्यामुळे केवळ मुलंच पोरकी होतात असं नव्हे तर अनेकांच्या वार्धक्यावस्थेत त्यांना मुल आहेत म्हणूनच ते पोरके झालेले आहेत. म्हातारपण अटळ! दीर्घायुष्याचा शाप ज्यांना मिळालेला आहे अशा माणसांची आयुष्याच्या उत्तरार्धातील एकच अवस्था मरण येईपर्यंत कायम राहते. बालपण केव्हा ना केव्हा संपतं. बालपण संपल्याचा खेद होत नाही याचं कारण ते तारुण्याचं वरदान घेऊन येतं. बालपण निरागस असतं ह्याबद्दल वादच नाही. पण प्रत्येक लहान मुलाच्या मनामध्ये वडील माणसाबद्दल मनाच्या कोपऱ्यात एक राग असतो. घरातील वडील माणसांच्या परवानगीशिवाय त्यांना स्वतंत्रपणे कुठलीच गोष्ट करता येत नाही, हे त्यामागचं कारण . पण थोडी समज आल्यानंतर आपल्याला तारुण्यातील स्वातंत्र व अधिकार मिळणार आहेत हेही मुलांना जाणवतं. तारुण्य किती लवकर संपतं ह्याचा माणसाला पत्ता लागत नाही. तारुण्यामध्ये निर्माण होणारी नैसर्गिक प्रलोभनं साकार करीत असताना काठाकडे माणसाचं दुर्लक्ष होत असतं. 'माईंड सेज येस ॲण्ड बॉडी सेज नो' ह्याचं आकलन अत्यंत सूक्ष्म गतीने होतं. माणूस एकदा वृद्ध झाला म्हणजे मरेपर्यंतची अवस्था एकच. ही अवस्था म्हणजे वार्धक्य. वार्धक्यातील चेहऱ्यांच्या रेषावरुन समजतं की, ह्या व्यक्तीचं आयुष्य समृद्धतेत गेलं की मनस्तापाच्या

वाळवंटात गेलं. ज्याचं त्याचं वार्धक्य त्याचं त्यालाच नको असतं. मग पुढची तरुण पिढीही ते ओझं का बाळगेल? वार्धक्य आणि व्याधी हातात हात घालूनच येतात. अशा वेळेला विचारणारं कुणी नसेल तर अश्रूंच्याच धरणावर जगावं लागतं.

तसं म्हणाल तर म्हाताऱ्या माणसांना पुढच्या पिढीकडून काय हवं असतं? मी अनेक ठिकाणी व्यक्त केल्याप्रमाणे इथंही तेच पुन्हा सांगावसं वाटतं. माणसाला हवे असतात फक्त 'चार शब्द.' मराठी भाषेपेक्षा इंग्लिश भाषेतला एक शब्द मला जास्त चपखल वाटतो. मातृभाषेबद्दल अभिमान असावा ह्याबद्दल वाद नाही. पण मातृभाषेपेक्षाही जास्त ओढ ज्ञानाची असावी आणि त्या दृष्टिकोनातून सगळ्याच भाषा जवळच्या वाटल्या पाहिजेत. इंग्रजी हटावपेक्षा मला स्वत:लाच अज्ञान हटाव हे जास्त महत्त्वाचं वाटतं., म्हणूनच म्हाताऱ्या माणसांना पुढच्या पिढीकडून नेमकं काय हवं असतं ह्यासाठी मला 'concern' हा शब्द जास्त महत्त्वाचा वाटतो. आणि त्याच वेळेला भाऊसाहेब सांगतात,

होती अशीही वेळ सारे, नम्र होते मजपुढे

झेलण्याला शब्द माझा, होते उभे मागेपुढे

आता कुठे तो काळ त्याची खूणही ना राहिली

आसवे माझीच माझ्या, काबूत नाही राहिली

ह्या प्रकारच्या ओळी वाचल्यानंतर असं वाटतं की आता हे वा.वा. पाटणकरांचे शब्द नाहीत. हे त्याचं आत्मचरित्र नाही. हे वार्धक्याचं आत्मचरित्र आहे. ज्या वृद्ध माणसांच्या वाट्याला गजबजलेल्या घरात विजनवास आलेला आहे, त्यांची खरी शोकांतिका कोणती? तर,

सारे मला विसरोत त्याचे, वाईट ना वाटे मला

वाटते वाईट, त्यांना विसरता ये ना मला

ह्या शोकांतिकेपेक्षा जास्त गडद शोकांतिका ह्यानंतरच्या दोन ओळीत आहे. आपली उमेदीची वर्ष संपल्यावर, मुलाबाळांचे संसार बहरल्यानंतर आपल्यासाठी राहतो तो दासबोध, तुकारामाची गाथा किंवा भगवद्गीता. त्याप्रमाणे कोणता ना कोणता ग्रंथ आपण जवळ करायचा प्रयत्न करतो. मग दु:ख राहिलं कुठे?

वाचला वेदान्त आणि, क्षणमात्र त्यांना विसरलो

दोस्तहो, दुसऱ्या क्षणी मी, वेदान्त सारा विसरलो

असं का होतं?

मैफिलीमध्ये रसिक श्रोते ह्या ओळींनाही दाद देतात.

स्वत: वा.वा.सुद्धा प्रसन्नतेने हसतात. पण मी त्या क्षणी मैफिलीतून अलिप्त होतो.

शास्त्रामध्ये जीवनाची उत्तरं मिळतात का? शास्त्र म्हणजे तरी नेमकं काय?

पुस्तकं वाचून आयुष्याची उत्तरं मिळाली असती तर वयाची पंचविशी उलटायच्या आतच प्रत्येकाला आयुष्याचा अर्थ समजला असता. तसं का होत नाही? कारण त्या वाचनाला जर कुणी पंचविशीत दासबोध वाचत असेल तर स्वत:च्या प्रचितीचा स्पर्श होत नाही म्हणून. आयुष्यामध्ये अनेक तऱ्हेचे अनुभव घेतल्यावरच, शास्त्रवचनं पटतात. टाईमटेबलप्रमाणे सगळ्या गाड्या किंवा विमानं वेळेवर सुटली असती आणि मुक्कामालाही वेळेवर पोचली असती तरच टाईमटेबलवरचा विश्वास पक्का झाला असता. हेच तत्त्व जीवनाच्या प्रवासालाही लागू आहे. ह्या प्रवासात जेव्हा प्रचिती येते, सुखदु:खांची ओळख होते तेव्हा त्या अनुभवांचं प्रतिबिंब म्हणजेच शास्त्र ह्याचा उलगडा होतो.

कोल्ह्यासारखे लबाड मित्र, लांडग्याप्रमाणे लचके तोडणारे नातेवाईक, स्वत:च्या हितासाठी जनतेच्या नरडीचा वाघाप्रमाणे घोट घेणारे राज्यकर्ते ह्यांच्या कळपातून बाहेर पडल्यानंतरच 'इसापनीती'तला कोल्हा किंवा लांडगा ह्यांना माणसाप्रमाणे वाचा आली कशी? हा तर्क करावासा वाटत नाही.

हनिमूनहून परत आल्यानंतर पहिला पाळणा हलायच्या आत तुकारामाप्रमाणे,

संसारतापे तापलो मी तेव्हा

करीना ह्या सेवा । कुटुंबाची ।।

म्हणवुनि तुझे ओठ आठविले पाय ।

येवो माझे माय । पांडुरंगे ।।

असं कुणी म्हणेल का?

किंवा

हो का पुत्र, पत्नि, बंधु ।

त्यांचा तोडावा संबंधु

कळू आले खट्याळ असे

शिवो नये लिंपो दोषे ।।

असंही कुणी म्हणणार नाही.

कुणाशी संबंध तोडायचे हे जवळीक निर्माण झाल्याशिवाय ठरवता येत नाही आणि जवळीक निर्माण झाल्यावर ते तोडायचे कसे हेही ठरवता येत नाही. माणूस आपल्याच नशेत जगत असतो. त्यामुळे,

वाटले नव्हते कधी, हा काळ आहे यायचा

संपेल हे उद्यान आणि, आहे सहारा यायचा

ह्या अवस्थेमधून कुणाचीही सुटका नाही. वार्धक्यापूर्वीच जीवनयात्रा संपवणारी माणसं अल्पायुषी म्हणून दुर्दैवी ठरली तरी ह्या वाळवंटातून मुक्त होण्याचं वरदान मिळवून जातात. वार्धक्यावस्थेमध्ये फक्त वा.वा.च असं म्हणू शकतात.

याही स्थळी रेतीत आम्ही, फुलबाग आहे लाविली
इतुकेच की मी आज येथे, नुसती अबोली लाविली

भाऊसाहेबांची ही बाग अबोलीने फुललेली आहे. ह्या फुलाला गंध नाही असा तुमचा-आमचा अनुभव आहे. पण भाऊसाहेबांची 'बोली' ज्याप्रमाणे जगावेगळी आहे, त्याप्रमाणे अबोलीही.

गंधही आहे इथे, आहे अबोलीही जरी
आहे स्मृतींचा गंध येथे, यांना जरी नसला तरी

भाऊसाहेबांच्या ह्या अबोलीला आषाढाचं पाणी चालत नाही. ह्या अबोलीला कुठलं पाणी आवश्यक आहे हे वा. वा. सांगतात,

रिझविण्या आम्हा इथेही, आहेत कोणी सोबती
सोबती आहेत आंसू, गतकाल आहे सोबती

वरील विधान भाऊसाहेबांकडून विरक्तीच्या माध्यमातून येत नाही. ते आत्मविश्वासाने सांगतात,

आसूंसवे या, आज मीही बागेत माझ्या विहरतो
घेऊनी जलभार जैसा, मेघ व्योमी विहरतो
शास्त्रातही जो स्पष्ट इतुका, नाही कुठे सांगितला
अर्थ साऱ्या जीवनाचा, यांनी मला सांगितला

ह्यानंतरच्या ओळी वाचल्यानंतर तर परिवाराचा आधार सुटला असला तरीसुद्धा आपल्यासाठी कुणीतरी आहे असं वाटायला लागतं.

जीवनांती आज हेही, नसते जरी का शेवटी
विझविण्या शोकानला या, कोण होते शेवटी
येऊनी नयनात जैसे गालावरी हे उतरले
करुणाघनाचे दूत जैसे सांत्वनाला उतरले

ह्यानंतरच्या चार ओळी आयुष्य जाणिवेने जगण्याकरिता, नेमकी कशाची गरज आहे हे समजते. म्हातारपणी काय हवं असतं? ह्या संदर्भात मी 'concern' हा शब्द वापरला. म्हणजेसुद्धा नेमकं काय? त्याचं उत्तर ह्या मैफिलीत मिळतं.

वाटले कोणा ऋषींची साथ आहे भेटली

वाटले की माय जैसी लेकराला भेटली

जीवनाचे सत्य काही बघण्यास जर कोणा हवे

दोस्तहो, ते पाहण्याला डोळे नको, आसू हवे

ह्या चार ओळी ऐकल्यानंतर मी पुन्हा मैफिलीतून बाहेर पडलो.

ह्या मैफिलीचं एक वेगळं गारुड आहे. मैफिलीत असताना तुम्ही तुमच्या स्वतःच्या आयुष्यात हरवता आणि एरवी तुम्ही जेव्हा भटकत असता तेव्हा भाऊसाहेबांच्या कोणत्या चार ओळी भेटतील? कुठे भेटतील? हे सांगता येत नाही.

रस्त्यावरुन एखादी पोरगी जाते. पदर अकारण सावरते, वेण्या पाठीवरुन पुढे घेते हे फक्त ज्यांना लांब केसांचा अभिमान वाटतो अशांनाच लागू आहे. ह्या सगळ्या हालचाली आपण कधी केल्या हे तिच्या गावीही नसतं. पण भाऊसाहेबांच्या या चार ओळी आपल्या गावात वस्तीला येतात.

पेड वेणीचे तुझ्या, वक्षावरी तू सोडिले

रक्षिण्या धन यौवनाचे, नाग जैसे सोडिले

जाणतो प्राणहूनीही ह्या धना सांभाळिसी

ना कळे आम्हास तुमची 'डॉग इन द मेंजर पॉलिसी'

किंवा

पेड वेणीचे तुझ्या तू सोडू नको मागेपुढे

आम्ही तरी कैसे बघावे सारखे मागेपुढे

टाळ्यांचा कडकडाट झाला आणि मी भानावर आलो. त्या मैफिलीचा हाच स्थायीभाव आहे. इथे फक्त टाळ्या, एकमेकांना देणं किंवा भाऊसाहेबांना देणं हाच ह्या मैफिलीचा महोत्सव आहे. अधूनमधून एखादा रसिक मधूनच 'मुकर्रर इर्शाद' म्हणतो आणि भाऊसाहेब तो 'वन्समोअर' तेवढ्याच जिंदादिलाने स्वीकारतात.

असंच कुणीतरी 'इर्शाद' म्हटलं म्हणून, रस्त्यावरच्या मुलीला रस्त्यात सोडून मी पुन्हा मैफिलीत आलो. नोटीस पाठवावी त्याप्रमाणे कानावर शब्द आले,

आलो तुझ्या दुनियेत, नव्हतो चोर वा डाकू आम्ही

एकही ना चीज इथली, घेऊनी गेलो आम्ही

तेही असो, आमुच्यासवे आणिला ज्याला इथे

भगवन्, अरे तो देहही मी, टाकुनी गेलो इथे

वृत्तीला ज्याप्रमाणे वय नसतं, त्याप्रमाणे भाऊसाहेबांच्या शायरीला वय नाही. पण आपल्याला वय असतं. म्हणूनच की काय मी या शायरीचं रसग्रहण सुरु केलं

ते वार्धक्य ह्या विषयापासून. म्हणूनच की काय, आज वयाच्या त्रेसष्टव्या वर्षी शास्त्रग्रंथात आयुष्य शोधायचं नसून, प्रत्यक्ष जीवनात सगळ्या अनुभवांची प्रचिती आल्यानंतर त्याचं प्रतिबिंब शास्त्रात शोधायचं हा 'ओशोंचा' विचार मला पटला.

विस्तवात हात जाणूनबुजून घातला किंवा चुकून जरी पडला तरी चटका बसायचाच. निसर्गाचाच हा नियम असल्यामुळे ह्याची मुद्दाम प्रचिती घ्यावी लागत नाही. जीवनाला हे तत्त्व लागू नाही. जीवन हा नित्य विकास आहे. माणूस प्रत्येक क्षणी बदलत असतो.

तसं म्हणाल तर आयुष्य जगण्याच्या कोणत्या माणसाला कोणतं स्वातंत्र्य आहे? जे जे निर्णय त्याला घ्यावे लागतात, ते ते निर्णय त्याला परिस्थितीच घ्यायला लावते. माणूस हा कळप करुन राहणारा प्राणी आहे. पण एखाद्या हरणांच्या कळपाप्रमाणे तो नाचता-बागडता किंवा संघर्षाशिवाय विहरताना दिसत नाही. जनावरांपेक्षा माणसाला दोन देणग्या जास्त मिळाल्या. विचार करणं आणि संवाद. ह्या जास्तीच्या देणग्या. ह्यांच्या जोरावर पृथ्वीवर नंदनवन निर्माण करणं अशक्य होतं का? पण प्रत्यक्षात काय दिसतं? किंवा प्रत्यक्षात जे दिसतं त्याच्यामागचं नेमकं कारण काय? त्या नियतीने बुद्धीबरोबरच अहंकाराचं 'व्हायरस इन्फेक्शन' माणसाला बहाल केलंय. स्वातंत्र्याच्या कितीही गप्पा मारल्या तरीही कोणत्या देशात, गावात, फार कशाला कोणत्या आईबापांच्या पोटी जन्म हेही आपल्या हातात नाही. त्यानंतर शिक्षण, वातावरण, संस्कार 'सो कॉल्ड धर्म, जात' वगैरे वगैरे. ह्यापैकी आपल्या हातात काहीही नाही.

'तुझ्या दुनियेत आम्ही चोर आणि डाकू म्हणून आलेलो नाही' असं ठणठणीतपणे सांगणारे भाऊसाहेब ह्याच वृत्तीचे कधी झाले, कुणी घडवले? हे कसं सांगायचं?

आजवरी बेधुंद जैसा, मांड आम्ही गायिला

त्याच त्या तल्लीनतेने, जोगियाही गायिला

जाणतो इतुकेच, आम्हा मस्तीत आहे राह्यचे

दोस्तहो, हे दैव जाणे, काय केव्हा गायचे

ह्या पद्धतीने जगायचं हे भाऊसाहेबांनी जाणिवेने ठरवलं का हे न ठरवता घडलं? जाणिवेने ठरवल्याशिवाय पुढल्या ओळी सुचणार नाहीत.

येतो असाही काळ, केव्हा, काही असेही गायचा

जोगिया डोक्यात आणि मांड असतो गायचा

कौशल्य माझ्या गायनाचे कळलेच ना कोणा कधी

गेलो असा गाऊन, नाही बेसूरही झालो कधी

आज हे ऐकल्यावर मागे वळून बघावसं वाटतं.

मैफिलीतले रंग, उपरणं झटकावं त्याप्रमाणे मैफिलीतच सोडून जाणारी माणसं वेगळी. 'चला, तीन तास मजेत गेले. पाटणकरांबद्दल जे ऐकलं होतं ते खरं निघालं--' एवढ्यावरच खूष होणारी काही माणसं असतात.काही खरी रसिक असतात. आणि विचार करणारी त्यातली किती असतील हे नेमकेपणाने ठरविता येत नाही. माझी ओळख झाल्यापासून म्हणजे गेली तीस वर्ष भाऊसाहेब कार्यक्रम करीत आले आहेत. कॅसेटच्या माध्यमातूनही ते अनेकांपर्यंत पोचले आहेत. म्हणूनच त्यांच्या रसिकांची संख्या आकड्यात मांडता येणार नाही. अशा अनेक रसिकांपैकी भाऊसाहेबांची शायरी ऐकल्यावर स्वतःच्या गतजीवनाचा आढावा घेणारे किती असतील? वार्धक्यामध्ये अबोलीची रोपं लावताना 'गतकाल आहे सोबती' असं भाऊसाहेब म्हणतात. प्रत्येकाच्याच सोबतीला त्याचा गतकाल असतो. आणि माणूस कायम अतीतमध्ये हरवलेला असतो. गतकालातल्या आठवणीत कोजागिरीचे क्षण किती आणि वैशाखवणव्याचे किती हे सांगता येईल का? प्रत्येक माणसाच्या बाबतीत हे प्रमाण बदलत जातं. वैशाखवणवा पार करु शकलो ह्याचं समाधान आणि कोजागिरीच्या रात्री हरवल्या ह्याचं वैफल्य आणि ह्या दोघांची बेरीज म्हणजे गतकाल.

जे.कृष्णमूर्ती वारंवार एकच शब्द वापरतात, तो म्हणजे 'Awareness' अष्टवक्र. गीतेमध्ये 'मागो मत, भागो मत, जागो' हे वारंवार सांगितलं गेलं. भगवद्गीतेमध्ये 'माझ्यावर सगळं सोपव' हा आदेश आहे. लाओ-त्से सांगतो, 'प्रेम करो, अती पर जोर न दो, प्रथम होने की कोशिश मत करो.' 'ठेविले अनंत तैसेचि राहावे' ही शिकवण देखील आपल्याला नवी नाही. विचार करणारा माणूस हे सगळं वाचून फक्त गोंधळातच पडेल. जाणिवेने जगायचं ह्याचं आकलन व्हायलाच कितीतरी वर्ष लागतात. अगदी ह्याच क्षणाचं उदाहरण घेतलं तर मी वा.वा. पाटणकर ह्यांच्या संदर्भात आणि त्यांच्या शायरीबद्दल लिहीत आहे--हे मी जाणिवेने करतोय असं म्हणू शकतो. आयुष्यामधले असे किती क्षण, दिवस, महिने, वर्ष जाणिवेने जगण्याचे असतात? आयुष्यातली अनेक वर्ष जगत असताना जाणीव नावाचा शब्दही मनात येत नाही. ज्या घटनाबद्दल आपण आज ठामपणे कोणती भूमिका घेतली हे सांगू शकतो आणि त्या भूमिकेबद्दल आजही आपल्याला समाधान वाटतं, त्या सगळ्या कोजागिरीच्या रात्री ह्या रात्रीसुद्धा योगायोगाने उगवलेल्या. 'मी केलं' असं अहंकाराने म्हणायचं ते आज समाधान वाटतं म्हणून. उरलेला सगळा वैशाखवणवाच.

आयुष्यात बालपण फक्त सुखाचं असतं. कारण अहंकारापासून ते लांब असतं. ' हम कुछ है!' हा भाव एकदा जागा झाला की त्यानंतर तर्क, झुंज, स्पर्धा आणि

संघर्षच. ह्या सगळ्या शब्दांना आपण लोभसवाणी विशेषणं शोधून काढली आहेत. तर्काला आपण विचारवंत म्हणतो. झुंज हे आपण शौर्याचं लक्षण मानतो. स्पर्धा प्रगतीसाठी आवश्यक आहे असं मानतो आणि संघर्षाचं रुपांतर स्वतःच्या बाबतीत अस्मितेचं लक्षण समजतो तर दुसऱ्या माणसाच्या बाबतीत त्याची गर्विष्ठ म्हणून अवहेलना करतो. दुर्गुणांना अशी गोड नावं शोधल्यानंतर 'Awareness' ला जागा कुठे राहिली? पण भाऊसाहेबांच्या बाबतीत ऐन तारुण्यातही हा माणूस जागा होतो हे जाणवतं.

सन्मानिले वैराग्य आम्ही, शृंगारही सन्मानिला
अंकावरी आहे रतीच्या, बुद्ध येथे झोपला
विसरला दुनिये, अपुल्या गुंजनाही विसरला
कमलकोषी भृंग आता, कमलासही त्या विसरला

कामवासना जर नष्ट झाली तर, कमळ कुठलं आणि भृंग कुठला? ही वासना मग अद्वैतातून निर्माण होवो किंवा विवेकातून. मार्ग कुठलाही असो, त्या स्थानापर्यंत पोचल्यानंतर हेच म्हणावसं वाटतं,

हे हवे वैराग्य आम्हा, निष्कामता ऐसी हवी

भाऊसाहेब असंच म्हणतात. पण पुढच्याच ओळीत त्यांच्यातला खट्याळ भाष्यकार म्हणतो,

तैसी नको, नुसतीच जेथे, दाढी हवी, लुंगी हवी

प्रत्येक माणसाच्या आयुष्यात जीवनातल्या सगळ्या अवस्था किंवा प्रत्येक अवस्था वाट्याला येईलच असं नाही. म्हणजे नेमकं काय? आईवडिलांचं छत्र उडाल्यामुळे पोरकेपणाचं बालपण हा अनुभव काहींच्याच वाट्याला आला असेल. घरातल्या प्रियतम व्यक्तीचा मृत्यू बेतास बात आर्थिक परिस्थिती असणं किंवा घरामध्ये अपंग भाऊ वा बहीण असणं, थोडक्यात म्हणजे आयुष्याच्या सुखद वाटचालीत असंख्य अडथळे निर्माण होणं ह्या प्रकारच्या अवस्था प्रत्येकाच्या आयुष्यात निर्माण होत नाहीत. एकच अवस्था निश्चित. ती म्हणजे मरण. एक जीव जन्माला आला रे आला, म्हणजे तो प्रतिक्षणी मरणाच्याच दिशेने वाटचाल करीत असतो. सातत्याने कमी होणारी एक गोष्ट. ती म्हणजे आयुष्य. त्यामुळेच माणसाचे सातत्याने प्रयत्न चालतात ते काहीतरी शाश्वत रुपाने टिकावं म्हणून. ही ग्वाही तरुणपणात मिळते ती फक्त प्रेमातून. म्हणूनच वर सांगितलेल्या अवस्था सगळ्यांच्या वाट्याला येत नाहीत, पण एक अवस्था कोणतीही व्यक्ती चुकवू शकत नाही. ती अवस्था म्हंटलं तर प्रचंड ताकद देणारी किंवा तितकीच दुर्बळ बनवणारी असते.

'प्रेम' ह्या अटळ अवस्थेबद्दल भाऊसाहेबांचे विचार वेगळे आहेत.

भाऊसाहेबांचा प्रेमिक हा उर्दू शायरीमध्ये हमखास आढळतो, तसा लाचार नाही. तो मजनूसारखा प्रेमासाठी पागल होत नाही. प्रेमाची ताकद भाऊसाहेब ओळखतात. पण त्यांना त्यातला दीनदुबळेपणा मान्य नाही. म्हणूनच ते मजनूलासुद्धा सांगतात,

मजनू अरे, थोडा आम्हा का भेटला असतास तू

एकही आसू खरोखर, गाळला नसतास तू

एक नाही लाख लैला, मिळविल्या असत्या आम्ही

मिळविल्या नुसत्याच नसत्या, वाटल्या असत्या आम्ही

भाऊसाहेबांच्या किमान अर्धा डझन मैफिली मी ऐकल्या आहेत. वयाच्या सत्तरी-पंचहत्तरीतसुद्धा मैफल गाजवून टाकण्याचं सामर्थ्य त्यांच्याकडे शिल्लक आहे. इतकंच नव्हे, खरं तर मैफिलीला प्रारंभ झाला म्हणजे, भाऊसाहेबांचं नक्की वय किती?-ह्याचा शोध घ्यावासा वाटतो. काळाचे काटे कधी उलटे फिरत नाही. पण भाऊसाहेब मागे वळून कोणत्याही वयाचे होऊ शकतात आणि बेधडकपणे श्रोत्यांच्या मध्ये बसलेल्या वृद्ध-वयस्क रसिकांना 'तुमचं आताचं वय बाजूला ठेवा' असं सांगतात. त्याच वेळी आपल्याला शायरीसाठी कोणते श्रोते हवेत ह्याचं स्पष्टीकरण ते पहिल्या फटक्यात करतात. हीच त्यांच्या मैफिलीची प्राथमिक गरज आहे.

उन्मेष ज्यांच्या यौवनाचा, काहीच ना झाला कमी

प्यायले जे खूप ज्यांना, वाटे परी झाली कमी

निर्मिली मी फक्त माझी, त्यांच्याचसाठी शायरी

सांगतो इतरांस 'बाबा', वाचा सुखे ज्ञानेश्वरी

अशाच एका मैफिलीत भाऊसाहेबांनी मजनूची समजूत घातल्यावर मी विचारात पडलो. मुळातच मजनूची कथा आजतागायत का टिकली? आजही प्रेमासाठी पागल झालेल्या कुठल्याही तरुणाला आपण मजनू का म्हणतो? 'मजनू' हे जेव्हा विशेषण होतं, तेव्हाच त्याचं प्रेम इतरांपेक्षा वेगळं ठरतं.

प्रेम झऱ्यासारखं झुळूझुळू वाहणारं नसतं. प्रेमात पडलेल्या व्यक्तींना झऱ्याच्या काठी, पाण्यात पाय सोडून बसावंसं वाटलं तरीही, प्रत्यक्ष प्रेम हे महापुरासारखं असतं. महापुरातून जे सावरतात ते प्रेमच करु शकणार नाही. जे प्रेमाच्या बाबतीत तेच क्रोधाच्या बाबतीत होतं. थोड्याफार फरकाने मोह, मत्सर ह्या सगळ्याच भावनांना हे लागू आहे. विचार करणारा माणूस फक्त विचारच करतो. जिवंतपणी जर मरणाचा अनुभव घ्यायचा असेल तर कुणीही उत्कट प्रेम करुन पाहावं. कारण प्रेमात आणि मरणात 'मी' उरत नाही. अहंकार गळून पडतो. आणि अहंकार गळल्याशिवाय प्रेमात उतरणंच अशक्य आहे. समोरची व्यक्ती आपल्यापेक्षा श्रेष्ठ

आहे, सर्वस्वाचं दान करावं अशी आहे हा भाव निर्माण झाल्याशिवाय प्रेम अशक्य. स्वतःच्या अस्तित्वाची जाणीव न उरणं हीच प्रेमाची पहिली खूण. विवाहीत व्यक्तीला विवाहबाह्य प्रेमाची ओढ लागते तेव्हा बुद्धी अशा माणसांना सतावत नाही का? ह्या मंडळींना भलंबुरं कळत नाही का? सगळं कळतं, पण प्रेमाची शक्तीच एवढी जबरदस्त असते की माणसाला झुकावंच लागतं. 'झुकावं' हा विचार निर्माण करण्याची शक्ती ही प्रेमाची. आजूबाजूला सातत्याने अशा कहाण्या घडत असतानाही भाऊसाहेबांच्या भूमिकेलासुद्धा मानावं लागतं.

श्री. मंगेश पाडगावकर म्हणतात,

प्रेम म्हणजे प्रेम म्हणजे प्रेम असतं
तुमचं आणि आमचं सगळ्यांचं सेम असतं.

हे केवळ प्रेमाच्याच बाबतीत खरं आहे असं नाही, हे सगळं जीवनाच्या संदर्भात आहे. तुमच्या-आमच्या जीवनाचा प्रारंभच प्रेमातून होतो. स्त्री आणि पुरुष ह्यांचं मिलन झाल्यानंतरच त्यांना पूर्णत्व येतं. त्यामुळे प्रेम ह्या भावनेतून कोणताही माणूस मुक्त होईलच कसा? फरक जर असेलच तर दृष्टिकोनात. प्रेमाच्या बाबतीत प्रेम हा जुगार आहे असं म्हटलं जातं. त्यात यश मिळेल की नाही याबद्दल ज्यांच्या मनात संदेह आहे किंवा प्रेमातही स्वतःच्या रक्षणाची सावधगिरी आहे, तीच व्यक्ती प्रेमाला जुगार मानत नाही. भाऊसाहेब मात्र प्रेम करतानाही 'स्व'त्वाची जाणीव कशी ठेवावी हे सांगतात,

हसतील ना कुसुमे जरी, ना जरी म्हणतील ये
पाऊल ना टाकू तिथे, बाग ती अमुची नव्हे
भ्रमरापरी सौंदर्यवेडे, आहो जरी ऐसे आम्ही
इश्कातही नाही कुठे, भिक्षुकी केली आम्ही

जुगाऱ्याप्रमाणे जो स्वतःला झोकून देतो, त्यालाच प्रेम समजतं हा विचार पटला तरीसुद्धा भाऊसाहेबांचा हा विचार नाकारता येत नाही.

वेगवेगळ्या भाषांबद्दल माझं मत मी मांडलं आहे. कोणताही बोध किंवा ज्ञान देणारी भाषा ही मातृभाषेप्रमाणेच वाटली पाहिजे. 'जाणीव' ह्या शब्दापेक्षा मला 'concern' शब्द जास्त महत्त्वाचा वाटला. इथं मात्र वेगळी परिस्थिती आहे. 'भिक्षुकी' हा शब्द फक्त मराठी भाषिकांनाच समजेल. इतर कोणत्याही भाषेमध्ये त्याचे भाषांतर तर सोडाच अनुवादही अशक्य आहे ह्यापलीकडची एक भीती आहे. समाजरचना झपाट्याने बदलत आहे हे मी सांगण्याची आवश्यकता नाही. व्हिडिओ, कॉम्प्युटर, इलेक्ट्रॉनिक्स ह्यांचा सध्या काळ आहे. काही मराठी शब्दसुद्धा काही काही वस्तूसकट अस्तंगत झाले आहेत. उखळ, मुसळ, तुळशीवृंदावन, पाटा-

वरवंटा ह्यासारख्या वस्तू आता पुढच्या पिढीला म्युझियममध्येच दाखवाव्या लागतील. सुमारेपन्नास -साठ वर्षांपूर्वी अनेक ब्राह्मण भिक्षुकीवरच जगत होते. पुढच्या पिढीला भिक्षुकी शब्दातलं वर्म न सांगताही समजेल किंवा समजतं. त्यांच्याकडून ह्या ओळी ऐकल्यावर 'क्या बात है!'--हेच शब्द उमटतात. म्हणून भाऊसाहेबांची भूमिकाही पटते.

खेळलो इश्कात जैसे, बेधुंद आम्ही लोळलो

लोळलो मस्तीत, नाही पायी कुणाच्या लोळलो

अस्मिता इश्कात साऱ्या केव्हाच नाही विसरलो

आली तशीही वेळ तेव्हा, इश्क सारा विसरलो

दोस्तहो, हा इश्क काही ऐसा करावा लागतो

ऐसे नव्हे, नुसताच येथे, जीव द्यावा लागतो

वाटते, नागीण ज्याला खेळण्या साक्षात हवी

त्याने करावा इश्क येथे, छाती हवी, मस्ती हवी

इश्कातही मागे कुणाच्या, धावलो नाही कधी

सोसले सारेच जैसे, काहीच ना झाले कधी

मगाशीच मी दृष्टिकोनाबद्दल बोललो. प्रेम हा सर्वस्वी वैयक्तिक प्रश्न असला तरीसुद्धा, भाऊसाहेब त्याला एक उपहासाचा साामाजिक आशय जोडतात. इश्क जिंकण्यासाठी नागिणीची उपमा देता-देता त्याच भावनेची खिल्ली ते नंतरच्या दोन ओळीत उडवतात.

चाटता येती जरी, कुत्र्यापरी आम्हा पदे

मिळती अरे, आम्हासही काँग्रेसची मंत्रीपदे

प्रेमात पडल्यानंतरसुद्धा अस्मिता सोडायची नाही ही भूमिका स्पष्ट केल्यानंतरही प्रेमात पडल्यावर त्या अवस्थेत जे जे करणं योग्य आहे, त्याच्या विपरीत वागणं वा.वा.ना पसंत नाही. प्रेमात रडावं लागतंच. नाही साधलं तर विफलतेने रडावं लागतं. प्रेम म्हणजे आयुष्यातला महोत्सव. रोषणाई. त्या उत्कटनेचा आवेग सहन झाला नाही म्हणजेसुद्धा डोळ्यातून पाणी येतं. मानसपूजेमध्ये फुलांपासून अक्षतांपर्यत कोणत्याच वस्तू लागत नाहीत. माझ्या मते, अश्रू म्हणजे माणसातल्या झऱ्याने केलेलं औक्षण आहे. भाऊसाहेबही रडतात. पण रडता-रडता त्यातूनही मोक्ष कसा मिळवायचा ते सांगतात.

रडलो आम्ही इश्कात जेव्हा आम्हा रडावे वाटले

तेव्हा नव्हे, इश्कास जेव्हा, आम्ही रडावे वाटले

इश्कातल्या आसूवरी हा अधिकार ज्याला लाभला

नुसताच नाही इश्क, त्याला मोक्ष आहे लाभला

बरबादीची दीक्षा जशी, इश्कात आम्ही घेतली

इश्कही बरबाद करण्या माघार नाही घेतली

ना रडू नुसतेच, नुसतेच हा ना आम्ही करु

अहो, शिवाचे भक्त आम्ही,हेही करु तेही करु

प्रेम आणि अश्रू याचं नातं अतूट आहे. पुरातन आहे. खरं तर एकमेकांची बदललेली नावं आहेत. प्रेमाचा उमाळा आलेला अश्रूंतूनच व्यक्त होतो. जिथं अश्रू आहेत तिथं दुःख असतंच असं नाही. आणि दुःखही कुणाबद्दल वाटतं, तर जिथं प्रेम आहे तिथंच दुःख आहे. आणि जिथं दुःख आहे तिथं अश्रू आहेत. म्हणूनच ज्या प्रेमात आत्मीयता नाही ते प्रेमच नव्हे. ते वरवरचं आकर्षण म्हणता येईल. अशा प्रेमाला ह्या मैफिलीत जागा कशी मिळेल? त्या प्रेमाची संभावना करण्यासाठी पुढच्याच ओळी सार्थ आहेत.

त्याला कुठे का इश्क ऐसे आहे मिळाले नावही

नावासही ना हाय जेथे, ना आसवांचे नावही

आसूंविना जो इश्क येतो, कोणासही तो भोगता

भोगता इंद्रास येतो, कुत्र्यास येतो भोगता

खरं तर प्रेम हा विषय शब्द मांडण्याचा नाही. किंबहुना जे जे भाव आहेत, ते शब्दातून व्यक्त होतच नाहीत. माया, ममता, वात्सल्य, क्रोध, लोभ ह्यांचा परिणाम दिसतो, पण हे भाव दिसत नाहीत. आईने लेकराला जवळ घेतलं किंवा गाईने वासराला चाटायला सुरवात केली म्हणजे 'ह्याला वात्सल्य असे म्हणतात' हे सांगायची आवश्यकता नसते. क्रोधाबद्दल तर सांगायलाच नको. अतहप क्रोधाचं अंतिम रुप म्हणजे रक्तपात. रोजची वर्तमानपत्र वर्षानुवर्ष ह्याच रंगाने माखलेली आहेत. ह्या सर्व अदृश्य शक्तीची ताकद अफाट असते. म्हणूनच भाव व्यक्त करताना शब्द नेहमीच अपुरे पडतात.

'जिवापाड प्रेम आहे' हे वाक्य हजारदा उच्चारलं तरीही आपल्या मनातला भाव तस्साच्या तस्सा समोरच्या व्यक्तीपर्यंत पोचला असेल की नाही?-- ही शंका राहतेच. बोलणाऱ्यापेक्षा ऐकणाऱ्याच्या समजशक्तीवरच भरवसा ठेवावा लागतो. दुसरा आला रे आला की मर्यादा निर्माण होतात. आपल्याला वाटणारं प्रेम समोरच्या माणसाला फक्त आकर्षण वाटण्याची शक्यता जास्त आहे. हे आकर्षण नसून खरंखुरं प्रेम आहे, हे व्यक्त करताना माणसाचा किती आटापिटा होत असेल ह्याचा प्रत्येकाने विचार करावा. ह्याउलट प्रेम तिळमात्र पाया आहे असं जर मानलं तर 'आकर्षण' हे नुसतं फडफडतं निशाण आहे. जे साधायचं ते साधता आलं नाही तर

निशाण काढून घ्यायचं आणि दुसऱ्या घरावर लावायचं.

त्याग हाच प्रेमाचा पाया आहे हे ज्यांनी ज्यांनी जाणलं त्यांना प्रेम शब्दातूनच व्यक्त करण्याची पाळी येत नाही. त्यांच्या प्रेमाची यात्रा निःशब्द असते. मौन हाच त्याचा गाभा असतो. आपण कितीही मोठा आवाज करायचा ठरवलं तरी त्याच्या व्याप्तीला सीमा आहे. मौनाइतकं असीम दुसरं काहीही नाही. ह्या प्रेमाचा साक्षात्कार ज्यांना ज्यांना होतो त्यांचे त्यांचे भाव शब्दापेक्षा मौनातूनच प्रकट होतात.

अन्न, वस्त्र, निवारा ह्या गरजा सर्वश्रुत आहेत. श्वासोच्छ्वासानंतर प्रेमाचाच क्रमांक लागतो. कोणत्या तरी प्रगाढ प्रेमासाठीच श्वास चालू राहावा असं वाटतं. इतकंच नव्हे तर ज्या व्यक्तीवर अलोट प्रेम आहे, त्या व्यक्तीच्या मांडीवरच शेवटचा श्वास सोडावा एवढी 'प्रेम' ही असीम गोष्ट आहे. 'कोमा'मध्ये गेलेला एखादा पेशंटही कुटुंबातल्या ज्या व्यक्तीवर त्याचं प्रगाढ प्रेम आहे अशा व्यक्तीची वाट पाहत असतो. त्या माणसाच्या भेटीनंतर त्याचा प्रवास संपतो. 'कोमा'मध्ये असूनसुद्धा त्या कुण्या व्यक्तीचं आगमन पेशंटच्या अंतर्मनापर्यंत पोहोचतं आणि इतर माणसं म्हणतात,

'तुझ्याचसाठी त्याने प्राण धरुन ठेवले होते.'

माणसाच्या जीवनाचा रथच प्रेमाच्या इंधनावर चालतो.

मूल जन्माला आलं रे आलं म्हणजे त्या क्षणी आईपण जन्माला येतं. अपत्यप्राप्तीशिवाय कोणत्याही बाईची आई होत नाही. प्रसूतीच्या यातना संपल्या रे संपल्या की त्या सगळ्या रिकाम्या जागेचा कब्जा वात्सल्य घेतं. जितक्या यातना जास्त तितक्या प्रमाणात वात्सल्यही जास्त. तेवढ्या प्रमाणत त्या वस्तूचं मोल वाढत जातं. तसंच प्रसूतीचं होत असावं. प्रेमाची जाणीव लहान मुलाला हळूहळू वाढत्या चणीने होत जाते. ते आईकडे पहिल्यांदा झेपावतं त्याचं कारण आईच्या माध्यमातूनच त्याला प्रेमाची ओळख होते. संपूर्ण जीवनाची वाटचाल प्रेमावरच झाली तर त्यात नवल नाही. लाओ-त्से म्हणतो त्याप्रमाणे 'अन्न हे शरीराचं भोजन आहे तर प्रेम हे आत्म्याचं भोजन आहे.'

ह्यासाठीच आपलं प्रेम सफल व्हावं म्हणून माणूस धडपडताना दिसतो. त्यात तो जिंकला नाही तर अश्रूशिवाय अन्य दौलत मागे उरत नाही. म्हणूनच अश्रू हे प्रेमाचंच दुसरं नाव आहे.

आसूविना इश्कात आम्ही, काय दुसरे मिळविले?
दोस्तहो, माझे असो, तेही तुम्ही ना मिळविले

आता कुठे नयनांत माझ्या, चमकली ही आसवे
आजवरी यांच्याचसाठी, गाळीत होतो आसवे

भाऊसाहेब ही व्यक्ती समजायला सोपी आहे. फार थोडे कलावंत त्यांच्या कलाकृतीत अस्सल रुपासहित उतरतात. बाकी सर्वच माणसातला 'माणूस' आणि 'कलावंत' ह्यातलं अंतर कधीच मोजता येणार नाही. इश्कासाठी पागल झालेले भाऊसाहेब इश्काबरोबर इतर संस्कारांसहित त्यांच्या निर्मितीत भेटतात.

अश्रूशिवाय प्रणयात दुसरं काही हाती लागलं नाही. असं असूनही ह्या माणसाचा संस्कार पुढच्या ओळीत दिसतो.

रोखले नयनांत आसू, मी शब्द ओठी रोखले
बघितले नाही तिला मी, नजरेस माझ्या रोखले
सांगूच का ह्या संयमाला, का असा मी सोसला
होती आम्हा जाणीव, आम्हा, इन्कार न सोसला

जे मिळाले त्यातही धन्यता मानू आम्ही
केलास जो इन्कार त्याचे, दुःख ना मानू आम्ही
ऐसे नव्हे की आम्हा, इन्कार तू नुसता दिला
नसता दिला कोणीच ऐसा, दर्द तू आम्हा दिला

नाहीतर इश्कात होता, दर्द आम्हाला हवा
पाकळ्यांचे काय, त्यांचा गंध आम्हाला हवा
दर्द आहे साथ, आहे याचाच आता भरवसा
शुक्रिया हे अप्सरांनो, तुमचा कशाचा भरवसा

प्रेम हा ज्यांच्या जीवनाचा प्राणवायू आहे त्याचा भरवसा संपल्यावर मरणशिवाय माणसाला दुसरं काही जवळचं वाटत नाही. कुणीही समजून घातली तरी पटत नाही, कोणत्याही शब्दाने समाधान होत नाही. जी व्यक्ती हवी तीच व्यक्ती अलभ्य आहे ह्याचा अनुभव आल्यावर उरल्यासुरल्या व्यक्ती माणसंच वाटत नाहीत. मग त्यांचे शब्द तुम्हाला काय सावरणार?

भाऊसाहेबांच्या मैफिलीतून मी अधूनमधून बाहेर पडतो, त्यालाही त्यांचीच शायरी कारणीभूत आहे. ही अशी अवस्था फक्त ह्याच मैफिलीत होते असं नाही. निर्मलकुमार फडकुले, राम शेवाळकर किंवा शिवाजीराव भोसले अशी मला आवडणारी जी मोजकीच माणसं आहेत त्यांच्या व्याख्यानाला गेलो की असंच होतं. हाच अनुभव दुर्गाबाई भागवतांचं कुठलंही लेखन वाचताना होतं. कुठला तरी एक विचार मला, मी जिथे आहे त्या स्थानापासून लांब नेतो. तो विचार नेमक्या

कुठल्या ठिकाणी नेतो हेही मला सांगता येणार नाही. वर्तमानाशी असलेलं माझं नातं, असा एखादा विचार का तोडतो हे कळत नाही. एखाद्या विधानात संपूर्ण आयुष्याचा विचार करावा असं वाटण्याइतकी ताकद असते. . आयुष्याचा अर्थ सापडतो असं नव्हे, मन सैरभैर झाल्याचंच जाणवतं. कदाचित असं असेल की त्या विधानात वाणी असली, उच्चार असला तरीही मौनात नेण्याची ताकद असते. मौन असीम असतं. आपण अणूएवढे लहान होतो. म्हणूनच स्वत:चाही पत्ता लागत नाही. आपण आपल्या भाववृत्तीच्या अगदी निकट जात असतो. गौतम बुद्धाने मरणाला 'निर्वाण' हा शब्द वापरला आहे. मागे काहीच उरत नाही असं म्हणण्यापेक्षा बुद्ध शून्य उरतं असं म्हणतात. अशाच कोणत्या तरी ठिकाणी मी जात असतो.

सत्य ह्या शब्दाची व्याख्या शब्दात मांडायला गेलं म्हणजे 'सत्य' हरवतंच. म्हणूनच मोठमोठे साधक सत्याला उत्तर मौनातूनच देतात. एखाद्या विधानाने मीसुद्धा अशाच एखाद्या अज्ञात स्थळी जात असेन. तोही सत्य शोधण्याचा प्रयत्न असू शकेल का हे गी सांगू शकणार नाही. पण क्षणभरच का होईना, 'शून्यावरथा' काय असते, त्याला स्पर्श होत असावा. प्रेमभंग झालेल्या माणसाचं कशानेही सांत्वन होत नाही, ह्याचं कारण 'प्रेम' हेच त्याच्यापुरतं आणि त्या वेळेपुरतंही सत्यच असतं. खरं तर माणूस ज्या ज्या मानसिक तणावाखाली असेल त्या तणावाची कारणं कितीही वेगळी असली तरी तणाव हेच सत्यस्वरुप असतं. बाकी सगळं असत्य वाटत राहतं म्हणून त्याच्या बाबतीत फक्त तणावालाच अस्तित्व असतं. बाकीचं विश्व नष्ट झालेलं असतं. तो तणाव दूर झाला म्हणजे मनाच्या मुक्त अवस्थेत त्याला तणाव असत्य वाटू लागतो.

भाऊसाहेबांचा अप्सरांवरील विश्वास उडतो आणि ते शुक्रिया म्हणतात तेच योग्य आहे असं वाटायला लागतं. प्रेमभंगात सर्वांत जवळचा आप्त मृत्युच वाटू लागतो. म्हणूनच प्रेमभंग झालेला कुठलाही माणूस जर असं म्हणाला तर आश्चर्य नाही.

दुर्लक्षिले त्यांनी जरीही, काही आम्हा ना वाटले

तूही असे करशील मृत्यो, केव्हाच नव्हते वाटले

होता तुझा विश्वास वाटे, दैन्य ना दावू कुणा

आसवे नयनातली या, कळणारही नाही कुणा

प्रेमच असं नव्हे तर आयुष्यातल्या कोणत्याही छोट्या-मोठ्या लढाईत पराजय स्वीकारण्याची पाळी आली तर त्यानंतर एकच इच्छा उरते की झालेला पराभव कुणालाही कळू नये. आपल्या डोळ्यांतले अश्रू दिसण्याअगोदर मरण आलेलं बरं असंच प्रत्येकाला वाटतं. अशा वेळी मृत्यु साथ देतो का?

झालास तू त्यांचाच, अमुची नाही स्मृतीही राहिली

होती तुझी जी काय आशा, तीही कुठे ना राहिली

ओळखी ह्यांची नवी, आम्हा नवा नाहीस तू

सोबती जन्मांतरीचा, आजचा नाहीस तू

भाऊसाहेबांची शायरी हा समजावून सांगण्याचा विषय नाही. शिंपल्यातले मोती शोधण्याचा हा व्यवसाय नाही. मोत्यांची अख्खी माळच भाऊसाहेब तुमच्या हातात ठेवतात. ते स्वत:ला कवी मानत नाहीत. मैफिलीच्या प्रारंभीच ते श्रोत्यांना सांगतात, 'माझं काव्य हे बोलीभाषेतलं काव्य आहे' हे भाऊसाहेबांनी आवर्जून सांगण्याची आवश्यकता नाही. तो फरक न सांगताच समजतो. मला स्वत:ला भाऊसाहेबांच्या निर्मितीला नेमक्या कोणत्या वर्गात टाकावं?- असा 'सो कॉल्ड' समीक्षकाप्रमाणे कधीच प्रश्न पडला नाही. मला भूल पडली ती त्यांच्या विचारांची. समृद्ध कल्पकतेची. उपहासाची. आणि मरण आणि वार्धक्यासारख्या अटळ दयनीय अवस्थेकडेही डोळे मिचकावून पाहणाऱ्या वृत्तीची. स्वत:च्या निर्मितीबद्दल फाजील गर्व बाळगण्याची ह्या माणसाची वृत्ती नाही. भाऊसाहेब स्वत:ला कमीही मानत नाहीत आणि सर्वश्रेष्ठही समजत नाहीत. स्वत:च्या निर्मितीचं मूल्यमापन करण्याची त्यांच्याजवळ नुसती क्षमता नाही, तर जाहीरपणे ते प्रकट करण्याचं धाडस आहे.

सांगेल काही भव्य, ऐशी शायरी माझी नव्हे

तो कवींचा मान, तितुकी पायरी माझी नव्हे

आम्ही अरे साध्याच अपुल्या, जीवना सम्मानितो

सम्मानितो हासू तसे, या आसवा सम्मानितो

जाणतो, अंती आम्हाला मातीच आहे व्हायचे

नाहीतरी दुनियेत दुसरे काय असते व्हायचे

मानतो देवासही, ना मानतो ऐसे नव्हे

मानतो इतुकेच की, तो आमुचा कोणी नव्हे

आहो असे बेधुंद, अमुची धुंदही साधी नव्हे

मेलो तरी वाटेल मेला, दुसरा कुणी आम्ही नव्हे

भाऊसाहेब स्वत:च्या शायरीबद्दल जरी असं म्हणत असले तरीसुद्धा मी जो भारावून गेलो, तो त्यांची कल्पनेची झेप पाहून. कल्पना म्हटलं की तिचं स्वरुप रमणीय असतं. कल्पना स्वप्नाळूसुद्धा असतात. पण भाऊसाहेबांच्या कल्पनांचं सामर्थ्य वेगळं आहे. जीवनाचं परखड, नागडंउघडं स्वरुप तुमच्यासमोर प्रकट करण्याचं सामर्थ्य त्याच्यात आहे. आकाशात विहार करणाऱ्या तुमच्या वृत्तीला खेचून आणून जमिनीवर उभं करायची ताकद त्याच्यात आहे. अप्सरांचा भरवसा सुटल्यानंतर भाऊसाहेब ह्या

विचारापर्यंत त्यांची कल्पनाशक्ती नेतील ह्याची जाणीवही होत नाही. बेभरवशाच्या अप्सरांपेक्षा मृत्युला जन्मांतरीचा मित्र एवढंच म्हणून ते थांबत नाहीत. मृत्युला सवाल करता-करता ते तुम्हा आम्हाला अंतर्मुख व्हायला लावतात.

हाय! तू आहे तरीही आम्हा असा धोका दिला
सांग ना मृत्यो, तुला, आहे कधी का मी दिला
जन्मांतरी ज्या ज्या क्षणी, मी दूत तुमचा पाहिला
हातचे टाकून आलो, मी स्वार्थ नाही पाहिला
दोष ना देऊ जरी का आहेस आम्हा विसरला
देवेंद्रही नादात ह्यांच्या इमान आहे विसरला
अप्सरांना त्याच आम्ही, आदाब केला शेवटी
मृत्युवरही हाय माझ्या, त्यांचीच सत्ता शेवटी

ह्या पुढच्या चार ओळी वाचल्यानपंतर ह्या कवीचं मन किती दिलदार आहे इतकंच फक्त कळत नाही, तर अशा विफल अवस्थेतसुद्धा विनोदाचं अस्तर जोडण्याची कसब जाणवतं. विनोद--अस्सल विनोद--हा कारुण्यावरच उभा असतो. नंतरच्या चार ओळींमध्ये ह्याचाच सुरेख संगम दिसतो.

तू तरी ह्या अप्सरांच्या नादी असा लागू नको
सांगूच का मृत्यो तुला मी, का असे म्हणतो नको
दुर्दशा अमुच्यापरी ऐसी जरी आली तुला
कुठवरी रडशील वेड्या, मरणही नाही तुला

भाऊसाहेबांच्या पहिल्या एक-दोन मैफिली मी ऐकायला गेलो. त्यानंतरच्या एका मैफिलीत मी फक्त त्यांना पाहायला गेलो. मला त्यांच्या ठिकाणी त्या वेळेला 'ए भाई, जरा देख के चलो' असं 'मेरा नाम जोकर' मध्ये सांगणारा राज कपूरच दिसत राहिला. देखणेपणाच्या दृष्टिकोनातून नव्हे तर कारुण्य आणि विनोद ह्यांच्या संगमाच्या दृष्टिकोनातून.

मारतो राजास एक्का, नेहल्यास दहेला मारतो
कल्पनेचे खेळ सारे, कोणी कुणा ना मारतो
पाहता कोणात काही, नाही कुठेही वेगळे
सारेच तुकडे कागदाचे, छाप नुसते वेगळे

केवळ कागदाचेच तुकडे म्हणून पत्त्यांकडे पाहिलं तर दुर्री तिर्री ते राजा, राणीपर्यंत छापलेली बाजू किंवा मागची काही ना काही डिझाईन काढलेली बाजू- -दोन्ही सारख्याच. खेळाला रंग कधी येतो? किंवा साध्या कागदाच्या तुकड्यांचा

खेळ कधी होतो? तर प्रत्येकाला आपल्या स्थानाची जाणीव झाली म्हणजेच डाव टाकता येतो.

आता जरासा रंग काही, खेळास येऊ लागला

पत्त्यातला राजा स्वतःला, राजाच मानू लागला

इथूनच पुढे सामाजिक, आर्थिक परिस्थिती, स्त्री-पुरुष भेदभाव सुरु होतो. आणि म्हणूनच पत्त्यांचा खेळ लोकलच्या गर्दीतही रंगतो. लोकलमध्ये पत्ते खेळणाऱ्याविरुद्ध काही प्रवासी तक्रार करतात. त्या प्रवाशांची मला कीव येते. मुंबईसारख्या शहरात कर्जत, डोंबिवलीपासून कामावर येणाऱ्या माणसांचं कितीतरी आयुष्य प्रवासातच जातं. त्या रटाळ प्रवासाचं विस्मरण होण्यासाठी, स्वतःसकट गर्दीला विसरण्यासाठी परवडणारी संजीवनी मिळवणं आवश्यक आहे. बावन्न मित्रांच्या सहवासात, नंतर ऑफिसमध्ये काम करण्याकरिता, ही मंडळी ताकद कमावतात. अशा वेळेला पत्त्यातला राजाच स्वतःला राजा समजतो. म्हणूनच खरा खेळ पुढच्या ओळीनंतर सुरु होतो,

राणीसही जाणीव काही, और होऊ लागली

लाजली नव्हती कधी ती, आज लाजू लागली

दीनतेचा खेद आता, दुर्रीस होऊ लागला

पंजा म्हणे चौऱ्यास आता, श्रीमंत वाटू लागला

ह्या साध्या खेळातून प्रारंभ करुन भाऊसाहेब थेट अध्यात्म्यापर्यंत जाऊन पोचतात. नेमक्या ह्याच कारणासाठी ते मराठीतले पहिले शायरीकार आहेत की कवी आहेत हा विचार मला करावासा वाटत नाही. गदिमांसारख्या थोर प्रमिभावंतालासुद्धा हेटाळणीच्या सुरात कवी न म्हणता गीतकार म्हटलं जात होतं. ध्यानीमनी नसताना विचारांच्या माध्यमातून जो तुम्हाला खडबडून जाग आणतो, तो कवीच असतो. तीच जाग नंतरच्या ओळी करुन देतात.

विसरुनी निजरुप, नुसत्या नामरुपी गुंतले

भलत्याच काही अवदसेच्या पाशात आता गुंतले

नुसता उपाधी, भेद, कोणी राजा नव्हे राणी नव्हे

आणखी सांगू पुढे, हा खेळही अमुचा नव्हे

खेळतो दुसराच, त्याला पाहिले नाही कुणी

म्हणती तयाला ईश, म्हणती अल्ला कुणी, येशू कुणी

त्याचा म्हणे हा खेळ, नुसते पत्ते आम्ही पत्त्यांतले

एकापरी पत्त्यास कळले, मर्म हे पत्त्यांतले

आहे इथे रंगेल कोणी, पत्ता असा पत्त्यांतला
आहे जसा पत्त्यांतला तो, नाही जसा पत्त्यांतला
नामरुपाचा स्वत:च्या, पत्ताच ना त्याला कधी
नाही कशाची खंत, होतो राजा कधी दुर्री कधी
हासतो नुसताच आहे सर्वाहुनी हा वेगळा
सांगाल का याहून कोणी, वेदान्त काही वेगळा

सर्कसमधल्या जोकरला सर्कशीतला प्रत्येक खेळ येत असतो. ह्याच कारणाकरता त्याला कुणाचीही खिल्ली उडवण्याचा अधिकार प्राप्त होतो. ज्याची खिल्ली उडवली जाते, तोही जोकर झालेल्या माणसाचं खरं सामर्थ्य जाणतो. म्हणून त्याने केलेल्या टिवल्याबावल्या खेळीमेळीने स्वीकारतो. आपल्या नेहमीच्या आयुष्यात असं घडलं असतं तर? स्वत:च्या पायाखाली काय जळत आहे ह्याचा विचार न करता सगेसोयरे, नातेवाईक आपल्याला जीवनाचा आदेश देतात. निरक्षर राज्यकर्तेसुद्धा समाजातल्या विचारवंतांना मार्गदर्शन करताना दिसतात. स्वातंत्र मिळाल्यापासून आपल्या देशात जास्तीत जास्त उपेक्षा विचारवंतांचीच झालेली आहे. विचारवंत कधीही एकत्र येत नाहीत. कोणत्याही मुद्द्यावर त्यांचं एकमत होत नाही. म्हणूनच ते निर्णय घेऊन कृती करीत नाहीत. ह्याच कारणामुळे भ्याड माणसं झपाट्याने एकत्र येतात. कोणताही कामगारनेता किंवा सोशल वर्कर, खासदार, आमदार स्वत:ची पोळी पिकवण्यासाठी ह्याच भ्याड माणसांच्या जिवावर जमिनी विकत घेतात, परदेशी बँकेत खाती उघडतात. अशा प्रत्येक व्यक्तीला स्वत:चा वकूब आतून माहीत असतो. हा वकूबच त्यांना जाहीर मुलाखतीत टोलवाटोलवीची उत्तरं कशी द्यायची हे शिकवतो.

परमेश्वरालासुद्धा ठणठणीतपणे जाब विचारण्याकरिता स्वत:चं नाणं खणखणीत असावं लागतं. ती हिंमत ह्या शायरीकाराजवळ आहे.

भगवन् , अरे नुसते कुठे तू काळीज अमुचे निर्मिले
आहे तुझ्या दुनियेत साऱ्या, सौंदर्य आम्ही निर्मिले
ना तरी नुसतेच असते पाषाण हे सारीकडे
श्वापदे असतो आम्ही, असतो जसे मुंग्याकिडे

चंद्रावर माणूस जाण्याअगोदर भाऊसाहेबांनी हा विचार मांडला. चंद्रावर जाऊन आलेल्या माणसांनीही चंद्रावरसुद्धा दगड, मातीव्यतिरिक्त दुसरं काही नाही हे सिद्ध केलं. म्हणूनच 'तुझ्या दुनियेत सौंदर्य निर्माण करणारे आम्ही आहोत' हा भाऊसाहेबांचा विचार पटल्याशिवाय राहत नाही.

वैचारिक दारिद्र्याने किडलेल्या भारत देशात मानवनिर्मित सौंदर्याची दालनं

अभावानेच आढळतील. ऑस्ट्रेलिया, अमेरिकासारख्या परदेशांत जाऊन आल्यानंतर मानवनिर्मित सौंदर्य कशाला म्हणतात ते खऱ्या अर्थाने पटतं. युनिव्हर्सल स्टुडिओ असो किंवा डिस्नेलॅण्डसारखी पर्यटनस्थळं असो, दिवसाकाठी किमान पन्नास हजार पर्यटक येऊन जातात, पण कुठेही कागदाचे कपटे किंवा सिगारेटची थोटकं दिसत नाहीत. तंबाखूने थोबाड फुगवून रस्त्यावर थुंकणारा एकही माणूस मी पाहिला नाही. मोटारीचे कर्कश हॉर्न नाहीत, रस्त्यावर भिकारी नाहीत, मोकाट सुटलेली गुरं नाहीत. सौंदर्याचं जतन, शिस्त आणि धाक ह्याशिवाय होत नाही. सौंदर्याची जोपासना करण्याचा मंत्र ज्या राष्ट्राला गवसला आहे, त्या राष्ट्रालाच लोकशाहीचा धर्म समजला आहे. सौंदर्य जतन करण्यासाठी खरोखरच प्राण ओतावे लागतात. ही तयारी केल्यानंतरच असं म्हणता येतं,

नुसतेच ना सौंदर्य तुमच्या दुनियेत आम्ही ओतले

मानुनी सर्वस्व याला प्राण येथे ओतले

बदला परी याचा प्रभो, काय तू आम्हा दिला

आम्ही दिले सौंदर्य आणि, नरक तू आम्हा दिला

परमेश्वरी स्वरुपाची कल्पना आपण 'सत्यम् शिवम् सुंदरम्' ह्या तीन शब्दांत मांडतो. जेथे सौंदर्य आहे तिथे परमेश्वराचचं वास्तव आहे. आकाशातल्या ढगांचे आकार बघा! प्रत्येक झाडाच्या वेगवेगळ्या हिरव्या रंगांच्या छटा पाहा. खळाळणाऱ्या झऱ्यापासून समुद्राकडे नजर टाका. आपल्या देशात लोकसंख्या किती ह्याचाही विचार क्षणभर बाजूला ठेवला तरी, प्रत्येक जित्याजागत्या व्यक्तीकडे पाहा. विविधते व्यतिरिक्त अन्य काही दिसणार नाही. सौंदर्याकडे मानवी मनाची ओढ निसर्गतःच असते हे ठामपणे व्यक्त करुन भाऊसाहेब परमेश्वरालाच बजावतात.

काय हे सौंदर्य सारे, विषयात त्या नाही तिथे

सौंदर्य जर का रुप तुमचे, काय तू नाही तिथे

का म्हणू मी फक्त आम्ही, विषयास ह्या सन्मानिले

सम्मानिता विषयास आम्ही, आहे तुला सम्मानिले

ह्या ओळी सादर करताना भाऊसाहेब मैफिलीला सांगतात, 'आम्ही मेलो. आम्हाला परमेश्वरासमोर जाब विचारण्यात आला. आरोपपत्र तयारच होतं. आम्ही कामांध होतो, भोगी होतो, आम्ही आयुष्यभर उल्लूगिरी केली वगैरे वगैरे. आम्ही त्यावेळी परमेश्वराला म्हणालो की तुमच्यासमोर कोणत्या स्टेटसचा आरोपी उभा आहे ह्याचा तरी विचार करा. पण मग आमच्या लक्षात आलं की, पृथ्वीप्रमाणेच स्वर्गातसुद्धा निर्णय अगोदरच तयार ठेवलेला असतो. सौंदर्याच्या मागे धावत असताना आणि विषयात रममाण होत असताना आम्ही तुझीच पूजा करत होतो ह्या

आमच्या 'डिफेन्स'चा काहीच उपयोग झाला नाही. मग आम्ही त्याला म्हटलं, 'आमच्यावर असे आरोप करत असताना तुझी स्वत:चीच किती त्रेधातिरपीट उडाली आहे ह्याची तुला कल्पना आहे का?'-- हा प्रश्न विचारल्यावर आमची भूमिका स्पष्ट करण्याची जबाबदारी आमच्यावर होती. म्हणून आम्ही स्पष्टपणे परमेश्वराला सांगितलं,

आरोपात ऐसे जरी, ओशाळला नसतास तू

लपलासही नसतास ऐसा, निर्गुणच्या आड तू

मग तो बेटा गप्पच बसला, आम्हालाच दया आली. आम्हीच माघार घेऊन म्हटलं,

केली क्षमा आम्हीच, आम्हा हेही करावे लागते

करण्या क्षमा दुसऱ्यास भगवन् , माणूस व्हावे लागते

तेवढ्याच सलगीने भाऊसाहेब कृष्णाचाही मुकुट उडवतात,

सांगसी निष्काम कर्मा, कृष्णा अरे वेदान्त तू

समजला की काय आम्हा, किर्लोस्करांचा पंप तू

मोक्ष हा पुरुषार्थ ऐसे, सांगशी जेथे तिथे

तू तरी देवा कधी आहेस का गेला तिथे

भोगसी ऐश्वर्य सारे, वंदिती इच्छा तुझी

संन्यास पण साऱ्या जगाने, घ्यावी अशी इच्छा तूझी

निष्कामता थोडी जरी, अंतरी असती तुझ्या

धावुनी साऱ्याच येत्या, अमुच्याकडे गोपी तुझ्या

इथपर्यंत चेष्टा केल्यानंतर अध्यात्माचं मूळ सूत्र वा. वां.च्या मनातून जात नाही. ते म्हणतात,

केली जराशी दिल्लगी, मानू नको विपरीत हे

जाणतो मीही प्रभो, काही तुझे खोटे नव्हे

तरीसुद्धा प्रत्येकाच्या आयुष्यात 'अति झालं आणि हसू आलं' अशी एक अवस्था येतेच किंवा प्रारब्धापुढे माणसाचं काहीही चालत नाही ह्याची जाणीव होते. म्हणूनच त्याच कृष्णाला भाऊसाहेब म्हणतात,

लाभण्या सामर्थ्य तुमचे, आशा तरी कैसी करू

दिल्लगीही ना करु तर , काय मग दुसरे करू

परमेश्वराबरोबर प्रत्येक आस्तिक अधूनमधून संवाद करतच असतो. संवाद हा शब्दही खरा नव्हे, ते खरं स्वगतच असतं. साद दिल्यावर जर प्रतिसाद येत नसेल

तर त्याला संवाद कसा म्हणायचा?

देवळामध्ये नियमितपणे जाणारी माणसं गाऱ्हाणी आणि तक्रारी घेऊनच जातात. 'तू दिलेलं आयुष्य अपूर्ण आहे, मला पसंत नाही, मी असं काय पाप केलं? कोणत्या जन्माची फळं भोगायला लावतोस? माझ्या परिवारातील माणसं मला कधी समजून घेतील? अशी एकही ऑप्शन नसलेली प्रश्नपत्रिका घेऊन जो तो देवळातल्या मूर्तीपुढे उभा असतो. चार रुपयांचा हार, पाच रुपयांचा नारळ आणि चपला सांभाळणाऱ्या माणसाकरिता चार आणे एवढ्या इन्व्हेस्टमेंटवर माणसाला पन्नास -साठ वर्षाच्या आयुष्याची उत्तरं हवी असतात.

पण भाऊसाहेबांचं तंत्र वेगळं. मैफिलीसाठी महाराष्ट्रभर हिंडता-हिंडता ते एके दिवशी डायरेक्ट स्वर्गात गेले आणि हताश होऊन परत आले. त्यांची 'टूअर' कशी झाली हे ऐकण्यासाठी मैफल उत्सुक झाली. भाऊसाहेबांनी सांगितलं,

गेलो जरी स्वर्गात बघण्या, काय आहे ते खरे

ऐकिले जे काय आम्ही, सारेच जे नव्हते खरे

ऐसे नव्हे, अप्सरा स्वर्गात नसते एकही

इंद्राघरी असतात साऱ्या, बाहेर नसते एकही

आणखी सांगू पुढे मी काय तेथे पाहिले

कल्पवृक्षांच्या तळीही दीनदुबळे पाहिले

मला धक्काच बसला. सगळ्या मनोकामना जो पूर्ण करतो त्या कल्पवृक्षाखालीसुद्धा ही कोण माणसं आहेत? कुतुहलाने मी पुढे झालो. तेव्हा समजलं पृथ्वी उजाड करुनही ज्याचं समाधान झालं नाही अशीच सगळी माणसं तिथे जमली होती.

झाला जरासा भास, वाटे पाहून मजला हासले

नुसताच होता भास, नव्हते, जन्मातही ते हासले

होते जरासे अंग त्यांनी वस्त्रात अपुल्या झाकले

इतुकेच की झाकावयाचे, तेच नव्हते झाकले

स्वर्गही वैराण करण्या, एकत्र ते होते तिथे

दोस्तहो, इथलेच सारे सर्वोदयी होते तिथे

भाऊसाहेब म्हणतात,

आम्ही कपाळाला हातच लावला. स्वर्गात तर आलो, आता करायचं काय? इकडे तिकडे पाहिलं आणि लक्षात आलं, अरे नाही, इथेही काहीतरी आहे.

आनंदलो क्षणमात्र तेथे, पाहुनी काही स्त्रिया

काय सांगू कर्म, होत्या, त्याही म्हणे साध्वी स्त्रिया

त्यांना पाहून वाटलं, ह्यांचा आम्हाला काय उपयोग झाला?

वंचना झालीच नव्हती माझी अशी जन्मातही

एकीकडे साध्वी स्त्रिया, एकीकडे सर्वोदयी

आता काय करणार? इथून सुटायचं कसं? पुण्य संपल्याशिवाय स्वर्गातून सुटका होत नाही असं म्हणतात. पण पाप करण्यासाठी काही 'स्कोप' हवा की नको?

पुण्यक्षयावाचून नाही स्वर्गातुनी सुटका तिथे

हाय! ह्या पुण्यक्षयाचा मार्गही नाही तिथे

प्रार्थुनी देवास पुसले, काय मी सांगा करु

स्वर्गतुनि सुटण्यास तुमच्या, पापे तरी कुठली करु

अप्सरा तुमच्या महाली, बाहेर या असल्या स्त्रिया

तूही तरी देवा, अरे, म्हणशील का यांना स्त्रिया

ओशाळला ऐकून, त्याने अंती मुक्ती अम्हा दिली

मुक्ती दिली फुकटात, पण अप्सरा नाही दिली

भाऊसाहेब पृथ्वीवरती परत आले खरे, पण स्वत:च्या घराची अवस्था पाहून त्यांनी कपाळाला हात लावला. स्वत:च्या आलेल्या अनुभवावरुन ते मैफिलीला सांगतात,

"माझ्या हातून जी चूक झाली ती तुम्ही करु नका. माणूस गेला म्हणजे गेला. त्याच्यामागे फार काळ कोणी अश्रू ढाळत बसत नाही."

भाऊसाहेबांनी ह्या ओळी नेमक्या कोणत्या साली लिहिल्या हे मला माहीत नाही. आपल्याकडे जेव्हा एकत्र कुटुंबपद्धत होती, तेव्हाचा काळ वेगळा होता. परिवारातील मतभेद असतील--आणि ते असणारच. तिथेही संघर्ष होते, संपत्तीच्या वाटण्याकरिता भाऊबंदकी होती, तरीसुद्धा अनेक परिवार सुखात नांदले ह्यात वाद नाही. जावा-जावा एकमेकींची मुलं सांभाळीत होत्या. वृत्तीनुसार पंक्तिप्रपंच होतही असेल, पण सगळ्यांची मुलं एकत्र वाढत होती. शेअरिंग भावना मुलांच्यात नकळत जोपासली जात होती. वडील माणसांचा आधार वाटायचा. वार्धक्याकडे झुकलेल्या मंडळींकडून मुलांच्यावर रामरक्षा, मनाचे श्लोक ह्यांच्या पठणामुळे काही ना काही संस्कार होत होते. स्तोत्र पाठ केल्यामुळेच संस्कार होतात का? --असा तर्क करण्यात काही अर्थ नाही. 'झुकावं' हा नम्र भाव निश्चितच पेरला जात होता. एका व्यक्तीच्या मरणामुळे सगळ्या परिवाराला हादरा बसत असे.

ह्याउलट आजची परिस्थिती. वेगवेगळे शोध लागल्यामुळे, माणसाचं आयुष्य सुखसोयींनी भरुन गेलंय. पण परिवार आनंदित दिसतो का? माणूस तृप्त झाला

का? माणसामाणसांतलं नातं जास्त दृढ झालं, की दऱ्या निर्माण झाल्या?

माझ्या मते माणसाला नेमकं काय हवंय हे त्याला आजही समजलेलं नाही. पशुपक्ष्यांची पिल्लं जन्माला आल्याबरोबर काही दिवसांतच स्वयंसिद्ध होतात. पंख फुटले की पिल्लू भरारी घेतं. भरारी घेण्यापूर्वी ते आईवडिलांना आपले श्वास पंचवीस वर्ष रोखून धरावे लागतात आणि मुलगा आपल्या पायावर उभा राहिला, त्याच्या आयुष्यातली आईवडिलांची गरज संपली म्हणजे, उरलेल्या आयुष्यभर त्याच आईवडिलांना स्वत:चे, म्हणजे उरलेल्या आयुष्यभर स्वत:चे श्वास कोंडून धरावे लागतात. अमेरिकेतील मुलं वयाच्या विसाव्या वर्षीच स्वत:ची गाडी घेऊन बाहेर जातात. मुलींनी आणि मुलांनी 'डेटिंग' करणं हा तिथे समाजमान्य संकेत आहे. भारताची अमेरिका होऊ नये म्हणून विचारवंत गलबलून गेलेला दिसतो. पक्ष्यांचं कौतुक करता-करता आपलं मूल शेवटपर्यंत मूलच राहावं, असं पालकांना वाटतं का? पुढची पिढी झपाट्याने अलिप्त होत आहे. फक्त स्वत:पुरतंच पाहत आहे. ह्या अनुभवांनी अनेक कुटुंब व्यथित झालेली दिसतील.

म्हणूनच मला प्रश्न पडतो की भाऊसाहेबांनी पुढील ओळी कोणत्या काळात लिहिल्या? ज्याअर्थी त्या काव्यात 'ओसरी' हा शब्द आहे, त्याअर्थी हा काळ पन्नास वर्षापुर्वीचा आहे. अशा अनेक वस्तू म्युझियममध्येच दाखवाव्या लागतील असं मी म्हटलं, त्याप्रमाणे 'ओसरी' या शब्दाचाही त्यात समावेश करावा लागेल. घर या शब्दाची व्याख्याच बदलल्यानंतर'ओसरी' ह्या शब्दाप्रमाणे 'माजघर' ह्या शब्दाचा अर्थही समजावून सांगावा लागेल.

अशा जुन्या काळातसुद्धा मेल्यानंतर पुन्हा एखादी व्यक्ती घरी आली, त्याला जर भाऊसाहेबांसारखा अनुभव आला, तर आत्ताच्या काळामध्ये अशा माणसाचं काय होईल?

एकदा मेल्यावरी मी परतुनी आलो घरी
तेच होते दार आणि तीच होती ओसरी
होती तिथे तसबीर माझी भिंतीवरी टांगली
खूप होती धूळ आणि कसर होती लागली
द्रवलो तिला पाहून, होती शेवटी माझीच ती
दिसली मला पण आज माझ्या, प्रेताहुनी निस्तेज ती
बोलली की हीच का, माझ्यावरी माया तुझी
गेलास ना टाकून, होती प्रत्यक्ष जी छाया तुझी
बोलली हेही तुला का सांगावया लागते
मेल्यावरी जगण्यास वेड्या, खूप कीर्ती लागते

होऊनि स्वार्थांध नुसता, कैसातरी जगलास तू
आहेस का, केला कुठे, जगण्याविना पुरुषार्थ तू
समजली ना आता तरी, अपुली स्वतःची पायरी
समजले ना काय मिळते, नुसती करुनी शायरी
ओशाळलो ऐकून, नेली तसबीर मी ती उचलुनी
सांगतो याची तिथे, चर्चाही ना केली कुणी

ह्यातल्या शेवटच्या दोन ओळी ऐकल्यानंतर मी सर्वांत जास्त व्यथित झालो. मला ह्या दोन ओळींच्या मागे ह्या नंतरच्या पिढीचा भाऊसाहेबांनी 'एक्स-रे' काढल्यासारखा वाटतो. माणसाला माणसाची पर्वा कशी राहिली नाही ह्याचं हे गमक आहे. भाऊसाहेब फक्त तसबिरीबद्दल बोलतात. आज काही घरांतून मला, प्रत्यक्ष घडणाऱ्या घटनांबद्दलही पुढची पिढी उदासीन दिसते. पुढचीच पिढी असं म्हणायचं कारण नाही. मी माझ्या अनेक समकालीन व्यक्तींचे संसार पाहिले. त्यापैकी कितीतरी माणसांचा घरातला वावर हा अत्यंत वरवरचा असलेला पाहिला. बाहेरच्या माणसाबद्दल तर सोडाच, पण आपण घरातल्या माणसांचंही काही देणं लागत नाही, इतक्या त्रयस्थ भूमिकेतून संसार करणारे मी बघितले आहेत. इतक्या अलिप्तपणे माणसं जगू कशी शकतात?--ह्याचं मला आश्चर्य वाटत आलेलं आहे आणि त्याहीपेक्षा जास्त आश्चर्य अशा माणसांनाच त्यांचं सगळं आत्मीयतेने करणारी माणसं भेटतात ह्याचं वाटत आलं आहे. भिंतीवरची आपली तसबीर नाहीशी झाली, ह्याचीही चर्चा न झाल्याबद्दल भाऊसाहेबांना जो खेद वाटतो, तो अत्यंत रास्त आहे.

मरणाचाच विषय निघाला आहे म्हणून त्या संदर्भात भाऊसाहेबांनी जे विचार व्यक्त केलेत, ते कदाचित अतिरंजित वाटले तरीही, ते विचार वास्तवात यायला फार वेळ लागणार नाही. आपण मेल्यानंतर काय होणार हे कधीच कोणाला कळत नाही. ह्यात मी काही नवीन सांगितलेलं नाही. ह्याची मला जाणीव आहे. तरीसुद्धा वाटतं, आपल्या मरणाच्या बातमीचा ऐकणाऱ्याला किमान धक्का बसेल,अशा वयात माणसाने मरावं. जन्मभर त्या माणसाला आप्तेष्टांकडून काहीही ऐकावं लागलं असलं तरीही, तो अचानक मेल्यावर, 'इतक्या तडकाफडकी जाईल असं वाटलं नव्हतं' किमान एवढं वाक्य तरी जाणाऱ्या माणसाला जरी समजलं नाही तरी त्याच्या भाग्यात असावं. वेगवेगळ्या शोधामुळे माणसाची आयुर्मर्यादा वाढलेली आहे. हे वाढलेलं आयुष्य (वाढवलेलं) त्या माणसाला सुखावह आहे की कष्टमय आहे, हे ज्याचं त्याला माहीत! वयाच्या पंचाहत्तरीनंतर जर कुणाच्या निधनाची वार्ता कानावर आली तर, 'ठीक आहे' वयच झालं होतं' एवढ्या साध्या वाक्यात संभावना

होते. 'अरेरे!'--ह्या शब्दाची देणगीही मिळत नाही.

'जन पळभर म्हणती हाय' हे भा.रा.तांबे ह्यांचं गाजलेलं काव्य. आज माणूस माणसापासून इतका झपाट्याने दुरावतोय की, तो पळभर तरी हाय!हाय!--म्हणेल का शंका आहे. भाऊसाहेब पाटणकरांच्या ह्याबद्दलचा दृष्टिकोन अगदी वेगळा आहे. किंबहुना काव्य ह्या वाङ्मय प्रकाराबद्दल त्यांची जी संकल्पना आहे, ती त्यांची स्वत:ची आहे. ते म्हणतात,

'वर्ण्य विषय कुठलाही असो, त्या विषयावरच्या काव्यनिर्मितीने तुम्हाला आनंदच वाटला पाहिजे.'' ह्यानंतर भा.रा.तांबे ह्यांच्या काव्यानुसार लोक पळभर तरी 'हाय!हाय!' म्हणतील अशी सगळ्यांची अपेक्षा असते. आम्ही ह्याच्याही पुढचा विचार तुम्हाला सांगतो, तो जास्त भेदक आणि दाहक असूनसुद्धा आम्ही तुमच्याकडून वाहवा मिळवतो की नाही बघा!''

स्वत:बद्दलचा प्रचंड आत्मविश्वास हाच वा.वां.चा श्वास आहे. पुढच्या ओळी तो सार्थ ठरवतो.

जन्मातही नव्हते कधी मी, तोंड माझे लपविले
मेल्यावरी संपूर्ण त्यांनी, वस्त्रात मजला झाकले
आला असा संताप मजला, काहीच पण करता न ये
होती आम्हा जाणीव की, मी मेलो, आता बोलू तये

तरीसुद्धा आजूबाजूला काय चाललंय ह्याचं कुतूहल होतंच. म्हणून

कफन माझे दूर करुनी, पाहिले मी बाजूला
एकही आसू कुणाच्या, डोळ्यात ना मी पाहिला
बघुनी हे, माझेच आसू धावले गालावरी
जन्मभर हासूनही मी, रडलो असा मेल्यावरी

आम्हाला काय वाटलं होतं?

मरता आम्ही, शोकार्णवी बुडतील सारे वाटले
श्रद्धांजली तर जागजागी, देतील होते वाटले
थोडे जरी का दुःख माझे, असता कुणाला वाटले
जळण्यातही सरणात मजला, काहीच नसते वाटले

ऐसे जरी संतोष तेव्हा, मानिला इतुकाच मी
कळलेच ना तेव्हा कुणा, कफनात जे रडलो अम्ही
त्यांचेच हे उपकार, ज्यांनी झाकले होते मला
झाकती प्रेतास का ते, तेव्हा कुठे कळले मला

लाभला एकान्त जेव्हा, सरणात त्या माझ्या मला
रोखता आलाच नाही, पूर अश्रूंचा मला
जेव्हा चिताही आसवांनी, माझी विझाया लागली
चिंता कसा जळणार आता, याचीच वाटू लागली

भाऊसाहेब सांगतात त्याप्रमाणे भा.रा.तांबे ह्यांच्या विचारापेक्षा भाऊसाहेब दहा पावलं पुढे जातात आणि आश्चर्य म्हणजे त्यांचे शब्द खरे ठरुन मैफिल खळाळून प्रतिसाद देते. मी मात्र आजही ह्यातल्या एका ओळीने कमालीचा कासावीस होतो.
रोखता आलाच नाही, पूर अश्रूंचा मला
ह्या एका ओळीत मला संपूर्ण आयुष्यातला 'पॅथॉस' जाणवतो.

'प्रेम हे आत्म्याचं भोजन आहे' असं लाओ-त्सेचं वचन आहे. असं जरी असलं तरीसुद्धा प्रत्येक माणूस आपण आयुष्यभर कुणाशी कसे वागलो, हे सारं जाणून असतो. जीवनाशी अत्यंत प्रामाणिक असलेल्या माणसालासुद्धा वेळप्रसंगी स्वत:च्या मनाविरुद्ध वेगवेगळ्या तऱ्हेची सोंगं घ्यावी लागतात. स्वत:च्या मुलांशीही कठोर व्हावं लागतं. सानेगुरुजीएवढं हळवं मन लाभलेल्या माणसाला जेव्हा अशा न पेलणाऱ्या भूमिका कराव्या लागतात, तेव्हा तो आतून फुटलेला असतो. तो आक्रोश मुलाबाळांपर्यंत पोचतोच असं नाही. पोचला तर तो आक्रोश ते जाणून घेतील ह्याची शक्यता नाही. हा आक्रोश समजूनसुद्धा जी मुलं तिकडे दुर्लक्ष करतात, त्यांना फक्त आईवडिलांचा व्यावहारिक फायदा समजतो. कोणता ना कोणता व्यवहार साधला जातो म्हणूनच आईवडिल हवे असतात. मनं जुळवण्याकरिता केलेली धडपड, दूरचे नातेवाईक तर सोडाच, पण पोटच्या मुलाबाळांपर्यंतसुद्धा पोहोचू शकत नाही. आईवडिलांनी गाळलेले अश्रू त्यांच्या हयातीतसुद्धा दिसले नाहीत, तर चिता पेटल्यावरच तो पूर आवरता येत नाही. मेल्यानंतर काहीच कळत नाही हे त्रिकालबाधित सत्य असलं तरीही, भाऊसाहेबांचा कल्पनाविलास ऐकला म्हणजे क्षणभर उर्ध्व लागतो.

आपण आपल्या वयाच्या कितव्याही वर्षी मेलो तरीसुद्धा ते वय विसरुन 'पिकलं पान' असं न म्हणता, दीर्घकाळ दु:ख कुणाला होत राहिल हे प्रत्येकाला माहीत असतं. कुणालाही दु:ख वाटणार नाही अशी जिवंतपणीच प्रचिती आली तर अशा व्यक्तींना मरणाचं भय उरत नाही. उलट त्याची ते आतुरतेने वाट पाहतात.
एकही आसू कुणाच्या डोळ्यांत नाही पाहिला
--ही ओळ सार्थ ठरेल अशा एका प्रेतयात्रेचा मी साक्षी होतो. ह्याउलट आपल्यासाठी जे दीर्घकाळ रडणार आहेत, त्यांच्याचसाठी मरताना प्राण घुटमळणार

असतो. 'आत्मा अविनाशी असतो' हे अध्यात्मिक वचन समज आलेल्या कुठल्या माणसाला माहीत नाही? पण शरीराने जगणाऱ्या माणसाला आवडती व्यक्ती सगुण साकार रुपातच हवी असते.

प्रचंड गंभीर आशय असलेला हा विचार मांडून भाऊसाहेब तिथे थांबत नाहीत. त्यांची मूळ मिस्कील वृत्ती त्यांना इथे थांबू देत नाही. अशा माणसांचा सूड कसा घ्यायचा ह्याचा उपाय ते सगळ्यांना सुचवतात,

सूडही ह्याचा तसा, नाही कमी मी घेतला

जन्मही पुढचाच माझा, 'अजमीर'ला मी घेतला

एकही रडल्याविना, ना राहिला तेथे कुणी

इतुकेच की तेथे तसा, फुकटाच ना रडला कुणी

हे सगळं सांगून झाल्यावर 'मी सरणावर किती सुखाने जळून गेलो' हे सांगितल्याशिवाय भाऊसाहेब हा विषय संपवत नाहीत.

एखाद्या परिवाराला भेटावं अशी कधीकधी एखाद्याला सणक येते. सगळी महत्त्वाची कामं बाजूला ठेवून त्या परिवारासाठी काही ना काही भेटवस्तू घेऊन तो माणूस धाव घेतो. त्या घरात गेल्यावर नंतर त्याला जाणवतं की आपलं हे अचानक येणं ह्या परिवाराला तापदायक झालं आहे. त्यावेळी जो मानभंग होतो, त्याचं शल्य त्याला आयुष्यभर स्वतःशीच ठेवावं लागतं. आपण भेटायला गेल्याबद्दल त्या परिवाराला आनंद वाटणं तर सोडाच, चेहऱ्यावर साधा स्वागताचाही भाव नसतो. आपल्याला इथे येण्याची बुद्धी का झाली? हा प्रश्न विचारत-विचारत परतीचा मार्ग धरावा लागतो. ह्या तऱ्हेने सगळ्या परिचितांना भेटायचा आटापिटा हयातीतच संपला, तर मुक्तीचा अर्थ आपोआप कळतो. सौख्याचा वर्षाव न मागता होतो. म्हणूनच पुढच्या ओळी नुसत्या आवडतात असं नव्हे, तर त्या प्रचितीच्या ठरतात. कुणालाही सांगता न येण्यासारखं ह्यासारखं शल्य प्रत्यक्ष ज्वाळांसारखंच असतं. म्हणूनच आपल्या हयातीतच आपल्या किती प्रेतयात्रा निघतात हे प्रत्येकाने आठवावं.

सरणातुनी नक्कीच तेव्हा, बाहेरही येतो असा

ना जरी बघतो तमाशा, प्रेतयात्रेचा असा

बोललो अपुल्या स्वतःशी, केव्हा तुला समजायचे

स्वजनात का वेड्या, अशा या परतून असते यायचे

आनंद का बघता तुला, आहे कुणाला व्हायचा

झाला कुणाला शोक जो की, शांत आहे व्हायचा

जळलो सुखे हा मोह जेव्हा, उरलाच ना काही कुठे
सरणावरी इतक्या सुखाने, कोणीच ना जळला कुठे

मोठमोठ्या साहित्य-संमेलनापासून थेट शाळा-कॉलेजच्या गॅदरिंगपर्यंत 'अध्यक्ष म्हणून कुणाला बोलवायचं?'--ह्याचा विचार चालतो. शाळा आणि कॉलेज ह्या दोन ठिकाणी प्रमुख पाहुण्याबद्दल कोणतं राजकारण आणि मतभेद होत नाहीत? ह्याउलट सगळा समाज त्यांना वर्षानुवर्ष मानत आलाय, लेखक, कवी, नाटककार ह्यांच्या कलाकृतीवर आणि विचारांवर जीव टाकून प्रेम करीत आलाय, ते ते साहित्यिक साहित्य संमेलनाच्या संदर्भात कसे वागतात हे वर्षानुवर्ष समाज पाहत आलेला आहे. राजकारणाप्रमाणे प्रचार, अपप्रचार इथपासून मेजवान्या देऊन खटाटोप करुन मतं मिळवणं हेही या प्रांतामध्ये उतरलं आहे. कोणा एका साहित्यिकाने तर विमानाने प्रवास करुन अध्यक्ष होण्यासाठी मतं गोळा केली होती. अध्यक्ष म्हणून एखाद्याची निनड झाल्यानंतर त्याच्याबद्दल अनुकूल, प्रतिकूल लेखही छापून येतात. संमेलन संपल्यावर' अध्यक्षीय भाषणातून नेमकं काय मिळालं?'-- असे फालतू लेखही प्रसिद्ध होतात.

माझं स्वत:चं ह्या बाबतीत वैयक्तिक मत अत्यंत वेगळं आहे. कुणी एक व्यक्ती लेखनाच्या प्रांतात असते. त्याचं लेखन क्षणभंगुर आहे की चिरकाल टिकणारं आहे, हे प्रवासाच्या प्रारंभी त्यालाही माहीत नसतं. 'चिरकाल' असा शब्द मी वापरला. ज्याला खऱ्या अर्थाने चिरकाल म्हणता येईल असा भगवद्गीतेसारखा एखादाच ग्रंथ असतो. त्यानंतर त्याच ग्रंथावर केलेली टीका म्हणजे ज्ञानेश्वरी. कधीकधी वाटतं की एका जन्मात ग्रंथनिर्मिती केली आणि पुनर्जन्मावर त्याच ग्रंथावर टीका केली. निर्मिती जेवढी भव्य तेवढीच त्या निर्मितीवरची टीका विराट. आज सातशे वर्षानंतरसुद्धा दोन्ही ग्रंथाच्या बाबतीत प्रत्येक विचारवंताला आपलं मत मांडावसं वाटतं आणि तरीसुद्धा आणखी कित्येकजणांची मतं मांडण्याकरिता त्यात जागा शिल्लक आहे. उरलेले सगळे साहित्यिक कमी-जास्त प्रमाणात समकालिनांसाठीच लिहितात. शेकडो लेखकांपैकी काही मोजक्याच लेखकांच्या भाग्यात प्रतिभेचा अंश जास्त असतो. असे लेखक थोर साहित्यिक ठरतात. वर्षानुवर्ष आपल्या वेगवेगळ्या कलाकृतीमधून ते वैयक्तिक दृष्टिकोनानुसार समाजचित्रण करतात. त्यांच्या ग्रंथनिर्मितीमधून त्या त्या लेखकाचा दृष्टिकोन समाजाच्या परिचयाचा होतो, तसाच कौतुकाचा आणि आदराचाही होतो.

संमेलनाचं अध्यक्षपद मिळाल्यानंतर आतापर्यंत ज्या ज्या जीवनमूल्यांचा त्यांनी लिखाणातून आग्रह धरलाय त्याच जीवनमूल्यांबद्दल ते अध्यक्षीय भाषणातून

बोलतात. म्हणूनच अमक्यातमक्या अध्यक्षाने वेगळं काय दिलं? ह्या स्वरुपाचे टीकालेख मला कवडीमोलाचे वाटतात.

कुणाचंही नाव घ्यायचं नाही असं ठरवूनसुद्धा मला पु. भा. भाव्यांचं नाव घ्यावसं वाटलं. कुठेतरी मांडलेला एक विचार द्विरुक्ती ठरली तरी मला पुन्हा तेच म्हणावसं वाटतं. ज्याच्या स्मृती अद्यापि माझ्या मनात रेंगाळत आहेत अशा सी. रामचंद्र, वसंत देसाई, मदनमोहन, केशवराव दाते, नानासाहेब फाटक, डॉ. काशीनाथ घाणेकर, शंकर घाणेकर ह्यांच्या नावामागे मला 'कै' शब्द वापरावासा वाटत नाही. ही कैलासवासी होत नाहीत, ही स्वमनवासी होतात. माझ्या स्वत:च्या शब्दकोशात 'स्व' म्हणजे स्वर्गीय नसून 'स्वमन'वासी हाच अर्थ आहे.

पु.भा.भावे कट्टर हिंदुत्ववादी होते हे महाराष्ट्रात सगळ्यांना माहीत होतं. त्यांनी शेवटपर्यंत टोपी फिरवली नाही. ह्याच कारणासाठीत्यांचं संमेलन उधळलं गेलं.

भाऊसाहेब फार सावध आहेत. इथे श्रोत्यांनी कलावंत निवडायच्या ऐवजी कलावंतच रसिकांबद्दल चोखंदळ आहे. ह्याचा अर्थ तोंडपूजेपणा करणारा समाजच भाऊसाहेबांना हवाच असा अर्थ हलक्या मनाच्या माणसांनी जरुर घ्यावा. भाऊसाहेब एवढ्यासाठी प्रारंभीच सांगतात,

दोस्तहो! मैफिल अपुली रंगण्या जर का हवी

आम्हा नको सौजन्य, तुमची जिंदादिली नुसती हवी

ऐसे जरी नक्कीच, घेऊ तुमच्या मुखाने 'वाहवा'

ती ही अशी ज्या 'वाहवा'ला द्यावी अम्हीही वाहवा

समोरचा रसिकवर्ग तसा लाभला आहे की नाही पाहण्याकरिता भाऊसाहेब एक 'सॅम्पल डोस' देतात. पेनिसिलिनची ॲलर्जी एखाद्या पेशंटला आहे की नाही हे पाहणसाठी डॉक्टरमंडळीसुद्धा प्रथम एक छोटासा डोस देतात.

हा भाऊसाहेबांचा डोस सगळ्या मैफिलीला--

भास्करा, येते दया मजला तुझी आधीमधी

आहेस का तू पाहिली, रात्र प्रणयाची कधी

सूर्य सणसणीत उत्तर देतो,

आम्हासही ह्या शायरीची, कीव येऊ लागते

ह्याच्या म्हणे प्रणयास ह्याला, रात्र यावी लागते

विनोद आणि रसिकता ह्याची मैफिलीला ॲलर्जी नाही हे भाऊसाहेबांना कळतं आणि ते ब्रह्मकमळासारखे फुलत जातात. क्वचित त्यांतूनही गंभीर चेहरे दिसले तर भाऊसाहेब त्यांना प्रारंभीच सांगितल्याप्रमाणे 'वाचा सुखे ज्ञानेश्वरी' असं सांगतात.

काही चेहऱ्यावर असा भाव उमटतो की खुद्द भाऊसाहेबांचं आताचं वय हेच शायरीऐवजी ज्ञानेश्वरी वाचायचं नाही का?

संपूर्ण आयुष्य फौजदारी वकिली करण्यात भाऊसाहेबांनी घालवलं. म्हणूनच प्रतिपक्षाकडून कोणत्या मुद्याचं भांडवल केलं जाईल ह्याची चाहूल त्यांना अगोदरच लागते. म्हणून ते म्हणतात,

पौत्रादिका पाहून वाटे झालो जरासा वृद्ध मी

जळल्यावरी सरणात कळले, नक्की आता मेलो आम्ही

आमुचे वार्धक्य जैसे, आम्ही कधी ना पाहिले

मिटलेच होते नेत्र, नाही, मृत्युसही मी पाहिले

माणूस जेव्हा स्वत:ची खिल्ली जेव्हा स्वत:च उडवतो, तेव्हा त्याच्या मनाचा मोठेपणा कळून येतो. तरीसुद्धा भाऊसाहेब ज्या पद्धतीने स्वत:ची झालेली उपेक्षाही खिलाडू वृत्तीने सांगतात, तेव्हा माझ्या मनावर एक चरा उमटल्याशिवाय राहत नाही. एक प्रेमाची थाप, कौतुकाचा स्पर्श आणि थोडे केलेले लाड हे मुक्या प्राण्यांनाही समजतं ह्या भावनांना मग माणूसच पारखा का व्हावा? माणसाला प्रेम हवं असतं म्हणजे 'दखल' हवी असते. संसारामध्ये एकमेकांचं एकमेकांवर प्रेम नसतं असं नाही. कालांतराने शब्दांचं रेशनिंग सुरु होतं.कित्येक घरातून तर कौतुकाच्या शब्दांना 'टाडा' लावला जातो. पाश्चात राष्ट्रामध्ये कामावर जाणाऱ्या नवऱ्याला पत्नी आलिंगनाने निरोप देते. ते भलेही कदाचित नाटकी वाटत असेल, तरीसुद्धा एकमेकांच्या अस्तित्वाची एकप्रकारे घेतलेली ती दखलच असते. संक्रांतीच्या हळदीकुंकवाचे दिवस संपत आले, आता कुणा ना कुणाच्या रिसेप्शनसाठी पतिपत्नी बाहेर पडतात. 'आज तू मस्त दिसतेयस!'--असं किती नवरे म्हणतात? जे म्हणत नसतील त्यांनी म्हणून बघावं. नेसलेल्या नव्या साडीमध्ये सप्तरंगात येणार नाही असा एक नवा रंग जन्माला येतो.

ज्यांना आपण सामान्य समजतो त्यांचीसुद्धा ही कौतुकाची मानसिक गरज असू शकते. केवळ शब्दांनी भागणारी कलेच्या प्रांतात तर कलावंत रसिकाशिवाय पूर्णच होत नाही. खुल्या दिलाने कौतुक करण्याची क्षमता फक्त रसिकांकडे असते. एक कलावंत दुसऱ्या कलावंताची तारिफ ओवा खाल्याशिवाय करत असेल असं वाटत नाही. एखाद्याच शांताबाई शेळके किंवा सुरेशचंद्र नाडकर्णी अपवाद म्हणून धरायचे. दुसऱ्या लेखकाची कलाकृती ऐकून-पाहून त्याच क्षणी त्या कलाकृतीला दत्तक म्हणून स्वीकारणं आणि त्याचं पोटच्या मुलासारखं कौतुक करणं हे फार थोड्यांना साधतं. वसंत कानेटकरांचासुद्धा आवर्जून उल्लेख करायला हवा.

साहित्यिकांचा हा अनुभव घेतल्यावर भाऊसाहेब सरळ गालीबकडे जातात.

थेट दिल्लीपासून हैद्राबादपर्यंत मोठमोठ्या मुशायऱ्यात आपल्या प्रतिभेची चमक दाखवूनसुद्धा आपल्या वाट्याला ही उपेक्षा का? म्हणून ते गालीबला सांगतात,

गालीब, अरे अमुच्याही दारी आहेच कीर्ती यायची

फक्त आहे देर थोडी, मरणास अमुच्या यायची

येणार ना अमुच्या पुढे ती, प्राण असती तोवरी

कीर्ती प्रिया माझी अरे, भलतीच आहे लाजरी

गालीब भाऊसाहेबांना लगेच म्हणाला,

"अरे पाटणकर, दुसऱ्या साहित्यिकाला चांगलं म्हणायचं नाही हे त्यांचं जीवितकार्यच आहे. तू कशाला त्यांच्या नादी लागतोस? चांगल्या चांगल्या निर्मितीचं चीज नेहमीच साहित्यिक वर्तुळाबाहेर होतं."

गालीबवर विश्वास ठेवून भाऊसाहेबांनी आपला स्वतंत्र मांडव उभा करुन दोन तपं लोटली. तो अजून उभा आहे. त्याला वाळवी लागलेली नाही. गालीबचा आदेश मानून ते मैफिलीला सांगतात,

दुर्लक्षिले जेव्हा अम्हीही, साहित्यिकांना या अशा

मैफिलही जागजागी, रंगल्या जेव्हा अशा

तेव्हा कुठे कीर्ती प्रियाही, लाजुनी आली पुढे

नुसतीच ना आली तशी, गालही केला पुढे

एक साहित्यिक दुसऱ्या साहित्यिकाला का मानीत नाही? ह्याच्यावर भाऊसाहेबांनी विचार केला. कविश्रेष्ठ गालीब ह्याचा सल्ला योग्य ठरला. तरीही मनातलं काहूर संपेना. म्हणून भाऊसाहेब साहित्यिकांच्या वृत्तीबद्दल विचार करीत राहिले. त्यांना जो अंदाज आला, तो ते मैफिलीला सांगतात,

"समजा माझं नाव वा. वा. पाटणकर नसून वृन्दा पाटणकर असतं तर हे साहित्यिक यवतमाळला धावत आले असते. कुठे आहेत वृन्दाताई, असं विचारत आले असते."

मी मध्येच म्हणालो, "हे लोक ताई वगैरे म्हणत नाहीत."

भाऊसाहेबांना असा कोणताही कॉमेण्ट व्यत्यय वाटत नाही. ह्या दरबारात रसिकही बोलू लागला पाहिजे हीच त्यांची धारणा आहे. ते मोठ्यांदा हसत म्हणतात,

"नाही, ही माणसं मुद्दाम ताई म्हणतात. आणि 'वृन्दा' नावामागे जर 'कुमारी वृन्दा पाटणकर 'असेल तर हमखास आली असती. मराठीतला मी पहिला शायरीकार असूनसुद्धा 'राजकवी' तर सोडाच, पण कुणी 'शिपाईकवी' तरी म्हटलं का? तेव्हा ह्या साहित्यिकांना काय हवंय? ते मी तुम्हाला सांगतो.

सांगूच का या साहित्यिकांना, काय या नक्की हवे

नुसते नको साहित्य यांना, काहीतरी जास्ती हवे

सम्मानिले असते आम्हाही, इतुके जरी असते तरी

असते कुठे शेपूट, नुसता शेपटा असता तरी

आम्ही विचार केला, काय हा अन्याय? परमेश्वरा, केवळ शेपूट नाही म्हणून आमची ही उपेक्षा? मग आम्हाला आठवलं, अरे नाही, ह्यावर उपाय आहे. शेपट्यावाचून आपण काही अडू देणार नाही. आम्ही ऐकलं होतं की बालगंधर्व व्यवस्थित साडी वगैरे नेसून हळदीकुंकवासाठी जाऊन येत असत. मग आपल्याला काय हरकत आहे?

दोस्तहो, तो शेपटाही लावला आणून मी

ऐसे नव्हे, गंगावनाची आता तरी आहे कमी

आता तरी वाटे उपेक्षा, नशिबात या माझ्या नको

कळते अता साहित्यिकांना, शेपटा नुसता नको

कुणाच्याही वाट्याला त्या माणसाने स्वत:च्या माणसासाठी जीव गहाण ठेवला आणि परिवाराला त्याची किंमत वाटली नाही तर, जी उपेक्षा येते त्यापायी तो आयुष्यातून उद्ध्वस्त होतो. अनेक माणसांचे अनुभव घेतल्यानंतर आता ने अनुभव नकोत म्हणून तो माणसांपासून लांब राहण्याचा प्रयत्न करु लागतो. साध्या प्रापंचिक माणसाला उपेक्षा सहन होत नसेल तर, काही ना काही विशेष गुणवत्ता ज्यांच्या जवळ आहे त्यांची उपेक्षा झाली तर होणारी तगमग किती पराकोटीची असेल हे शब्दात सांगता येणार नाही. मनातलं प्रेम, वात्सल्य, माया ह्यांची जर कुठेच नोंद झाली नाही तर सामान्य माणूसही माणसांतून उठतो. पण जिथे मनाबरोबर बुद्धीचाही समावेश होतो तेव्हा अपमानाचं जास्तीचं शल्य प्रतिभवंतांना सोसावं लागतं.

कोणताही कलावंत त्याला 'राहवत नाही' म्हणून भाव प्रकट करतो. वाचक पुस्तक का वाचतो? लेखकाने पुस्तकातून मांडलेले विचार आणि रंगवलेले प्रसंग यांच्याशी तो आपल्या भूतकाळाची सांगड घालायचा प्रयत्न करतो. साहित्यात प्रकट झालेला विचार जेव्हा वाचकाच्याही प्रचितीचा भाग होतो तेव्हा तो, वेगवेगळ्या लेखकांशी भावबंधाने जोडला जातो. वाचकाचा प्रतिसाद हीच कलावंताची संजीवनी असते. कोणताही एक साहित्यिक जेव्हा दुसऱ्या साहित्यिकाला मानत नाही तेव्हा त्याचा स्वत:चा अहंकार मध्ये येतो.

साहित्यिकाकडून अशी उपेक्षा होऊननही, त्या उपेक्षेकडे एखादेच भाऊसाहेब

डोळे मिचकावून पाहू शकतात. तरीसुद्धा माझ्यासारख्या व्यक्तीला त्यामागचा डंख जाणवल्याशिवाय राहत नाही. 'घायल की गती घायल जाने' ह्या उक्तीप्रमाणे भाऊसाहेब हसत हसत हे मैफिलीला सांगत असले तरीही त्यामागची व्यथा मला पोखरुन टाकते. साहित्यिकांतले वेगवेगळे कंपू माझ्या डोळ्यासमोर येऊन जातात आणि मी मनातल्या मनात म्हणतो,

मानतो तुम्हास वा.वा., ना तुम्ही केली अपेक्षा
पाहूनी वृत्तीच तुमची, केली उपेक्षेची उपेक्षा ।।
ठेवले साहित्यिकांच्या वर्मावरी बोट तुम्ही
नुसतेच ना बोट, केला त्यांचा कडेलोट तुम्ही!

वा.वां.नी स्वत: उभ्या केलेल्या मंडपाला आजतागायत वाळवी लागली नाही असं मी म्हणालो, तरीसुद्धा त्या मंडपात गेल्यावर वा. वा. सावध असतात. मैफिलीला पेनिसिलीनचा डोस देऊन झाल्यावर भाऊसाहेब म्हणतात,

प्रारंभी काही विस्कळीत शेर सादर करतो. प्रतिसाद देण्याची दिलेर वृत्ती आपल्याजवळ आहे का हे बघतो, तुमची नाडी कशी काय चालते ते पाहतो आणि मग मैफिलीचं स्वरुप ठरवतो. शायरी ह्या प्रकारामध्ये एकच एक विषय प्रामुख्याने पुन: पुन्हा वर्णन केला जातो. तो विषय म्हणजे 'गम' म्हणजेच व्यथा किंवा दु:ख. हा न्याय फक्त शायरीलाच लागू आहे असं मला वाटत नाही. मराठीमधील अनेक भावगीतांचा गाभा शोधायला गेलं तर त्यांच्या मुळाशी काही ना काही व्यथा, विरह, उपेक्षा ह्याच गोष्टी आढळतात. कधीकधी वाटतं, माणसाचा स्थायीभाव 'व्यथा' हाच आहे. आनंदाने नाचणाऱ्या, बागडणाऱ्या विहार करणाऱ्या आणि सगळ्यांची खिल्ली उडवत जाणाऱ्या माणसाला समाज मान्यता देत नाही. एखाद्या व्यक्तीने 'कसं काय चाललंय?'--ह्या प्रश्नाला 'एकदम आनंदात, मस्तीत जगतोय' असं उत्तर दिलं तर विचारणाऱ्याला काहीतरी चुकल्यासारखं वाटतं. 'तसं ठीक आहे रे, पण...' असं उत्तर दिलं म्हणजे ऐकणाऱ्याचा इंटरेस्ट 'पण' ह्या शब्दानंतर जे ऐकायला मिळेल त्यात असतं. कारण त्यानंतरची हकीकत कानावर पडताक्षणी आपल्याला चार शब्द मोठेपणाचा आव आणून, त्याला सांगता येतील ह्या प्रतिक्षेत तो असतो. ऐकणाऱ्याच्या अस्तित्त्वाला तेव्हाच अर्थ येतो. सुप्त अहंकारालाही त्यात जागा असते. 'अमुक अमुक माणसाची शेवटी मी समजूत घातली' हे इतरांना सांगण्याचा आनंद त्याला हवा असतो.

साहित्यातसुद्धा 'आनंदी आनंद गडे, इकडे तिकडे चोहीकडे' ह्या स्वरुपाच्या रचना कमी आढळतात. भावगीतं किंवा चित्रपटांतील प्रेमगीतापेक्षा विरहगीत जास्त लोकप्रिय होतात. ही एक मोठी और किमया आहे. प्रत्यक्ष आयुष्यात व्यथा आणि

दु:खापासून जो तो लांब पळण्याच्या तयारीत असतो. पण ह्याच विषयावरची काव्यरचना त्याला कायम भुरळ घालते, हीच ती किमया. ह्यामागची मानसशास्त्रीय मीमांसा काय असू शकेल, हे एका उर्दू शायरीमध्ये तेव्हा भाऊसाहेबांनी सांगितलं, तेव्हा मला पडलेल्या प्रश्नाचं उत्तर मिळालं.

वर्ना क्या था सिर्फ तकदीर या नासुरके सिवा
खास, कुछ बेताबियोंका नाम इन्साँ हो गया!

माणसाची व्याख्याच वर सांगितलेली आहे. माणूस कुणाला म्हणावं? 'स्वत:च्या व्यथेवर, दु:खावर मोहित होऊन जाण्याचं सामर्थ्य ज्या प्राण्याजवळ असतं, त्यालाच माणूस म्हणतात!'

ह्याच कारणासाठी उर्दू शायरी असो किंवा मराठी काव्य असो कवींना 'दर्द' हा विषय त्यांच्या प्रतिभेच्या दृष्टिकोनातून जास्त आव्हानात्मक वाटला तर नवल नाही. दिलखुलासपणे हसत असताना माणूस पटकन थांबू शकतो. पण तो जर रडत असेल तर एका क्षणात त्याला रडणं थांबवता येत नाही. हुंदके देत देतच तो थांबतो. व्यथेवर आधारित असलेलं काव्य आणि कुणाचाही विरह किंवा वियोग माणसाला असह्य वाटूनही त्या विषयावरची काव्यं त्याला गुणगुणावीशी का वाटतात? त्याचं कारण--ह्या न पेलणाऱ्या भावनांना आणि आवेगांना अशा काव्यातून आणि शायरीतून मुक्तीचं आकाश मिळतं. 'कॅथार्सिस'चा हा एक अविष्कार आहे.

भाऊसाहेबसुद्धा ह्या विषयाचा सन्मान करून त्यांच्या मैफिलीत त्याला प्राधान्य देतात. वियोगाचं स्मारक प्रत्येकजण आपापल्या कुवतीप्रमाणे उभं करत असतो. चार सामान्य माणसं आपापल्या घरातून, ज्याचा वियोग झालेला आहे अशांच्या तसबिरी लावतात. काहीजण आपल्या प्रियतम व्यक्तीची एखादी वस्तू जिवापाड जपताना दिसतात. कुणी एखादा पुरुष, कायम सोडून गेलेल्या पत्नीची आठवण म्हणून तिची एखादी साडी उशाला घेऊन झोपतो. काही व्यक्ती, दिवंगत व्यक्तीचा जेवणातला जो आवडता पदार्थ होता, त्या पदार्थाचा कायमचा त्याग करतात. ही सगळी आपापल्या परीने उभारलेली स्मारकंच आहेत. भाऊसाहेबांसारखा प्रतिभावंत कवी ताजमहलच बांधतो.

अंतरीच्या यातनांना, अमरता द्याया इथे
शायरीचा ताज मीही निर्मिला आहे इथे!

'मैफिल' ह्या पुस्तकाच्या वरच्या दोन ओळी आढळतात. भाऊसाहेबांचं काव्य हे संपूर्ण बोलीभाषेतलं काव्य असल्यामुळे शब्दांची अदलबदल इथे खपून जाते. वरच्या दोन ओळीपेक्षा प्रत्यक्ष मैफिलीला मला पुढच्या ओळी जास्त आवडतात.

अंतरीच्या यातनांना अमरता द्याया खरी
निर्मिला मी ताज माझा शायरीचा त्यावरही
स्पर्शून त्या शिल्पास तेथे, यमुनाच नुसती वाहते
यमुनेसवे नयनांतुनी, गंगाही येथे वाहते!

शहाजहानचा ताजमहाल आणि भाऊसाहेबांचा ताजमहाल ह्या दोन्हीत, मला भाऊसाहेबांचा ताजमहाल उजवा वाटतो. एक इमारत एकदा उभी केली म्हणजे वर्षानुवर्ष तिच्या रुपात फरक पडत नाही. कोणत्याही नवीन आविष्काराला जर कुठला शाप असेलच तर तो म्हणजे दुसऱ्या क्षणी एका क्षणात जुनं होण्याचा शाप! ताजमहालसारखी वास्तू कोणत्याही व्यक्तीने प्रथम पाहिल्यावर तो भारावून जातो, ह्यात नवल नाही. ती जगातली अमर वास्तू आहे. पण त्याच व्यक्तीला कुणी दुसऱ्या वेळेला 'ताजमहाल पाहायला येतोस का?'--असं विचारलं तर लगेच तो प्रतिप्रश्न करतो, 'बरोबर कोण कोण आहे?' सगुण साकाराला सगुण साकाराच्याच मर्यादा नडतात. काव्याला हे बंधन नाही.

चारुता तैसीच आहे, आहे जशी त्या ताजची
आहे स्मृती ही अंतरी ह्या कोण्यातरी मुमताजची!

ह्या वरच्या दोन ओळींतच भाऊसाहेबांचा ताजमहाल मला शहाजहानच्या ताजमहालापेक्षा श्रेष्ठ वाटतो. आठवणी निराकार, निर्गुण असतात. आणि म्हणूनच त्या विराट रुप धारण करु शकतात. आठवणीमध्ये प्रत्येक माणूस खरोखरच एवढा का रमतो? कारण, प्रत्येक आठवणीमध्ये त्याच्या उपस्थितीचा सहभाग असतो. शहाजहानची मुमताज एकच होती. पण काही काही माणसांच्या आयुष्यात, अशा अनेक व्यक्ती आपल्या आसपास वावरत असतात. समाजाची बंधनं पाळायची म्हणून, संसार उद्ध्वस्त होऊ नये म्हणून अनेकांनी मनोभूमीतच ताजमहल बांधलेले असतील. अशी अभागी मंडळी, 'आहे स्मृती ही अंतरी या कोण्यातरी मुमताजची' हीच ओळ गुणगुणत आयुष्य घालवतात. भा.रा. तांब्याच्याच 'कल्पनेतला ताजमहाल' ह्या कवितेतला ताजमहाल जसा भव्य आहे तसाच भाऊसाहेबांच्या शायरीतलासुद्धा . ह्याला साक्ष म्हणजे पुढच्या दोन ओळी--

विरहातले सौंदर्य जेव्हा कोठे कधी साकारते
साकारते शिल्पात तैसे शब्दांतही साकारते!

ताजमहालभोवती जे चार उंच मिनार आहेत तिथे बसून शहाजहान मुमताजच्या आठवणीत काळ घालवत असे, असं सांगितलं जातं. भाऊसाहेबांचा ताजमहालही पोरका नाही.

मीही मिनारी उंच माझ्या, कल्पनांच्या या अशा

शोधतो अस्मान काही, आशेत त्या वेड्या अशा

व्यर्थ ना हे उंच इतुके, उभविले मिनार मी

वाटले, त्या अप्सरेला, इथुनी तरी पाहीन मी

हे खरे नाही कुठेही येथून ती दिसली मला

हेही खरे की, खेद याचा काही जरा झाला मला

ऐसे जरी, संतोष आता, मानतो इतुकाच मी,

दूरपण माझे तिचे, इतुके तरी झाले कमी!

भाऊसाहेबांचा ताजमहाल हा शहाजहानच्या ताजमहालापेक्षा ह्याच कारणसाठी मला भव्य वाटतो. ज्याप्रमाणे प्रत्येक कल्पक रसिकाला स्वत:चा वेगळा ताजमहाल बांधता येतो त्याचप्रमाणे मिनार किती उंच बांधायचे ह्याचंही त्याला स्वातंत्र्य मिळतं. ह्या ओळी ऐकता ऐकता कितीतरी जण आपापल्या मिनारी जाऊन, दोन आसवं ढाळून पुन्हा मैफिलीत येत असतील. अपेक्षाभंगाचं दु:ख कोणत्या मनस्वी माणसाला झेलता आलं आहे? मनस्वी माणसाला काहीच झेलता येत नाही. मनस्वी माणसाच्या आयुष्याच्या रथाला दोनच चाकं असतात. काहूर आणि हुरहूर. साध्या मोटारीच्या बाबतीत, मग ती फियाट असो, मारुती असो किंवा 'टू व्हीलर' वाहन असो, ते पळत असतं पण कसला तरी आवाज त्यातून येत राहतो. मनस्वी माणसाच्या बाबतीत नेमकी हीच अवस्था आहे. वाहनातून आवाज का येतो, याचा जसा पत्ता लागत नाही, पण तरी ते काम करीत असतं, त्याप्रमाणे मी म्हणतो तो माणूस रोजचे व्यवहार करत असतो पण मनात निर्माण होणारं काहूर आणि हुरहूर ह्यापायी तो परेशान झालेला असतो. अशा माणसांनासुद्धा भाऊसाहेबांच्या मैफलीतून अनेक उत्तरं मिळतात. 'आम्ही जीवनोन्मेषाच्या नशेतच जगणारी माणसं आहोत आणि म्हणूनच परमेश्वराचं अस्तित्त्व मानणं हा त्या नशेचाच भाग आहे.'

भाऊसाहेब परमेश्वराला मानतात म्हणजे काय करतात? ते सांगतात--

मानतो इतुकेच की, तो आमुचा कोणी नव्हे

ह्या ओळीनंतर जर कुणी त्यांच्याकडे आश्चर्याने पाहिलं तर त्याला ते मिस्कीलपणे सांगतात,

'त्याला जिथे राहायचं असेल तिथे तो सुखात राहू दे. आमचं आयुष्य आम्हालाच भोगायचं आहे तर त्याचा आमच्याशी काय संबंध?

मी मैफिलीकडे नजर टाकतो. माझ्या परिचयाची जी मंडळी मैफिलीमध्ये असतात, त्यांच्या आयुष्यातले समरप्रसंग मला आठवून जातात. त्यांचे उपासतापास, नवस ह्या सर्वांचं मला स्मरण होतं. एक दर्दभरं गाणं देवळात आक्रोश करीत

म्हटलं म्हणजे तिसरं कडवं संपता संपता देवळातल्या घंटा जोरजोरात वाजू लागतात. आराध्यदेवतेच्या गळ्यातला दगडाचा नाग साक्षात जिवंत होतो आणि व्हिलनचा निःपात करुन पुन्हा त्या मूर्तीच्या गळ्यात जाऊन बसतो. आजकालच्या बहुतांश हिंदी चित्रपट आपटल्यानंतर एका तरी निर्मात्याच्या घरी देव असा गेला असेल का? अर्थात असे चित्रपट काढणाऱ्यांचे देव वेगळे आहेत. ते 'गल्फ'मधून पैसे पाठवतात. मैफिलीतल्या माझ्या परिचितांना मात्र ती संकटं 'गल्फ' करावी लागली. अशांनासुद्धा 'देवाचं आणि आपलं इतकंच नातं असतं हे भाऊसाहेबांनी सांगितलं म्हणजे ते जोराचा प्रतिसाद देतात.

प्रचिती आणि प्रतिसाद ह्यांचं हेच नातं असतं.

क्षणभर मैफिलीतले भाऊसाहेब शायरीकार वा. वा. हे धूसर होतात. त्यांच्या जागी मला स्वतःची बाजू ठणठणीतपणे मांडणारा कोर्टातला वकील दिसतो. ते म्हणतात,

'माझी निर्मिती ही जीवनोन्मुख आहे. म्हणूनच ते सामान्यांचं नसून पंडित आणि प्रज्ञावंतांचं काव्य आहे. म्हणूनच ह्या निर्मितीत दर्द आणि इश्क ह्यांच्याबरोबरीने विवेक, वैराग्य, वार्धक्य आणि मृत्यु ह्यालाही तेवढंच प्राधान्य आहे.'

सामान्य माणसाला म्हणजे माझ्यासहित सगळ्यांना मोक्ष, मुक्ती ह्याबद्दल जबरदस्त कुतुहल आणि आकर्षण असतं. ह्या शब्दाचे अर्थ शोधण्याचा प्रयत्न मी आता सोडून दिलेला आहे. कारण हे दोन शब्द तर विसराच पण मन, आत्मा, परमात्मा, परमेश्वराचं स्वरुप ह्याबद्दलच्या माझ्या कल्पना तरी कुठे स्पष्ट आहेत? सद्गुरुची ओढ असूनसुद्धा वयाच्या त्रेसष्ठाव्या वर्षीही तो भेटलेला नाही. आपली पात्रता त्या उंचीपर्यंत पोचल्याशिवाय त्याचं दर्शन होत नाही हा संकेत आहे. त्यानंतर सद्गुरुच तुमचा शोध घेत येतो, ह्याची ज्यांना प्रचिती आली आहे ती माणसं तुम्हाला तसं सांगत राहतात. एवढ्या मोठ्या उच्चपदावरील गुरुबद्दल आज मला कोणताही अनुभव नाही. पण माणसांच्याच पातळीवर जर विचार केला तर अमुक अमुक एखाद्या व्यक्तीची ओळख एवढ्या उशिरा का व्हावी?-- असं चटका लावणाऱ्या प्रत्येक व्यक्तीबद्दल वाटतं. तिथेसुद्धा किमान पातळीची आवश्यकता असेल तर अध्यात्म्याच्या गावची वेसही मला लांबून दिसणार नाही.ह्या विचारांनी मन नुसतं तडफडत राहतं पण उपाय सापडत नाही. आणि भाऊसाहेब तर एका फटक्यात सांगतात,

'तुमच्याजवळ जर संयम, विवेक, वैराग्याचं सामर्थ्य नसेल, मोहावर मात करता येत नसेल तर भोगून मोकळे व्हा. मुक्ती जाते कुठे?

मध्येच ओशोंचा एक विचार मला धक्का मारुन जातो. ते सांगतात, 'जेव्हा प्रचंड भूक लागते तेव्हा, स्वयंपाकाच्या पदार्थाची नावं वाचून पोट भरत नाही,

भरपूर जेवणच हवं . पोट भरलं रे भरलं की भुकेतून मुक्ती मिळाली.'

असं काही ऐकलं म्हणजे वाटतं, 'मुक्ती' अशीच अंशाअंशाने भेटणार आहे का? अंशात्मक मुक्तीतून जर तात्पुरता आनंद मिळत असेल तर चिरंतन स्वरुपाची मुक्ती कशी असेल?--हे कल्पनेनेच जाणायचं. त्या आनंदाला आपण पात्र आहोत की नाही?--हे शेवटच्या श्वासापर्यंत समजणार नाही.

मैफिल खळाळून दाद देते. मी भानावर येतो. भाऊसाहेब भीडभाड न ठेवता मैफिलीला सांगतात,

'भोगून मुक्त व्हा. मुक्ती जाते कुठं? आम्ही दुसऱ्या पंथातले लोक आहोत.'

मुक्तीच्या क्षणाची भाऊसाहेबांची ही व्याख्या जगावेगळी आहे. दारुच्या अखंड नशेत असणाऱ्या एका माणसाला त्याचा मौलवी त्याला 'दारु सोड, दारु सोड' असं सातत्याने सांगत असे. एके दिवशी तो म्हणाला , 'अरे त्या मौलवीला ह्या क्षणी कुणीतरी बोलावून आणा. दारु सोड, दारु सोड असं तो सारखं सांगत होता ना? त्याला म्हणावं, आत्ताच्या आत्ता इथं ये. दारु सोडण्याचा क्षण आत्ता माझ्या आयुष्यात उगवलेला आहे.'

तो क्षण कोणता?

ह्यापुढे भाऊसाहेब मिस्कीलपणे म्हणतात,

'इतनी पी है की अब पी नही जाती.'

त्या कोण्या मद्यपान करणाऱ्या व्यक्तीने आपल्या गुरुला आमंत्रण केलं ते दारु सोडण्याचा क्षण जवळ आला म्हणून. आणि त्याच वेळेला 'वा.वा.'ना समजतं की, ह्या क्षणी मैफिलीला नशा चढलेली आहे. तरीसुद्धा भाऊसाहेब मैफिलीला सांगतात,

शायरी ऐकून माझी, सांगेल जो आता पुरे

तो, रतीच्या चुंबनाही सांगेल की आता पुरे

तोडही भगवन् अरे, त्याचं मला दावू नको

ना जरी मंजूर हेही, माझे तया दावू नको!

ह्या लेखनाच्या संदर्भात मी किंवा महाराष्ट्रातला कुठलाही कवी भाऊसाहेबांच्या निर्मितीला 'काव्य' असं म्हणेल का? खुद्द भाऊसाहेबही तसं म्हणत नाहीत. भा.रा.तांबे ह्यांचा उल्लेख भाऊसाहेब श्रेष्ठ कवी म्हणून करतात. भा.रा. तांबे हे श्रेष्ठ कवी होते हे मुद्दाम सांगण्याची आवश्यकताही नाही. तरीसुद्धा 'जन पळभर म्हणतील हाय! हाय!'--ह्या सत्यदर्शनाच्या कितीतरी पुढे जाऊन भाऊसाहेब सांगतात

कफन माझे दूर करुनी पाहिले मी बाजूला!

एका घरगुती बैठकीत भाऊसाहेबांनी कविता, लावणी आणि शायरी ह्यांतली

तफावत सांगितली. त्याचबरोबर प्रत्येक आविष्काराचं वेगळेपणसुद्धा दाखवून दिलं. भाऊसाहेब तेव्हा म्हणाले होते,

'नववधू प्रिया मी बावरते' हे काव्य आहे.ह्यात शृंगाराचं चित्रण असलं तरीही लज्जा, संकोच, काहीशी आतुरता, कुठंतरी ओढ पण भीती, साशंकता तरीही प्रीती आणि घरंदाजपणा आहे. लावणी प्रकारात केवळ विकारांना आवाहन असतं. 'राया मला मंचकी नेऊ नका' असं म्हणताक्षणी ऐकणाऱ्याला 'का नेऊ नको?'--अशी आक्रमक भूमिका घ्यावीशी वाटते. पण 'शायरी' या काव्यप्रकारात भावनेच्या पार्श्वभूमीवर बुद्धीचा विलास असतो. ह्यानंतर फक्त दोनच ओळीत भाऊसाहेबांनी बुद्धीचा विलास म्हणजे नेमकं काय, हे दाखवून दिलं.

भेटण्या येथे तुला काही मला ना वाटते
भीती खरी जी काय तिथल्या मंचकाची वाटते!

ह्यासारख्या रचनेला मैफिलीकडून खळखळून प्रतिसाद दिला जातो.

मैफिलीतला एकही माणूस अशा प्रसंगी 'काव्यनिर्मितीचे निकष कोणते?'-- असा परिसंवादाचा प्रश्न विचारत नाही. विचारप्रगल्भतेलाच ती दाद असते. ग.दि.मां. सारख्या थोर प्रतिभावंताच्या वाट्यालासुद्धा 'गीतकार' हे बिरुद लावलं जात होतं. इथे उघड उघड कवीपेक्षा गीतकार कमी दर्जाचा असतो हेच पाखंडी समीक्षकांना सुचवायचं होतं. अशा परिस्थितीमध्ये भाऊसाहेबांना पंक्तीतील कोणतं पान मिळणार? स्वत: भाऊसाहेबांना जरी ह्या बाबतीत कधीच खंत वाटली नाही. तरीसुद्धा त्यांच्या कल्पनाविलासाची झेप जाणणारे किती रसिक असतील हे आज मोजता येणार नाही. तसे रसिक उदंड आहेत हे गावोगावी कथाकथनाचे कार्यक्रम केल्यावर मी ठामपणे सांगू शकतो. माझ्या परिचयाचे श्री. कमलाकर जोशी हेही शायरीचे कार्यक्रम करतात. अगदी पलीकडे श्री. जोशी कुसुमाग्रजांना भेटायला गेले होते. मोठ्या मनाच्या कुसुमाग्रजांनी भाऊसाहेबांच्या निर्मितीला गीत म्हणावं की काव्य म्हणावं असा घोळ न घालता त्यांना सांगितलं. 'मराठीमध्ये शायरी ह्या वाङ्मयप्रकाराची उपेक्षाच झालेली आहे. शायरीच्या निर्मितीची ही परंपरा निर्माण करणारा शायरीकार होणं आवश्यक आहे.'

अगदी खरं सांगायचं झालं तर भाऊसाहेबांची शायरी समजण्यासाठी त्यांची मैफिलच ऐकणं जरुरीचं आहे. त्यांच्या शायरीत केवळ कल्पना-विलास किंवा कल्पनाविहार नाही. त्यांच्या शायरीतला इश्क किंवा दर्द, त्याचप्रमाणे वार्धक्य, मृत्यु आणि दर्शनशास्त्र हे सगळे विषय तुम्हाला अंतर्मुख करतात पण उदास करत नाहीत. जीवनाचं थरारक नाट्य उभं करतात, पण दहशत निर्माण करत नाहीत. इश्क ह्या विषयातलं वैफल्य रंगवतात पण तुम्हाला भिक्षेकरी करत नाहीत.

वार्धक्याचं यथार्थ वर्णन करतात पण वार्धक्य हीसुद्धा एक देणगी आहे हे ठसवतात.

ह्या लेखनात भाऊसाहेबांच्या शायरीतले शब्द तुम्हाला भेटतील, भिडतीलही. पण कडकडून आलिंगन देणार नाहीत. ते सामर्थ्य भाऊसाहेबांच्या मैफिलीतच आहे. ह्याचं सगळं श्रेय त्यांच्या टवटवीत वृत्तीला आहे. मैफिलीचा कब्जा ते आपल्या प्रसन्न व्यक्तिमत्वानेच घेतात. वयाची पंचाहत्तरी उलटल्यावरसुद्धा, मैफिलीसमवेत स्वत:चीच शायरी आपण स्वत: प्रथमच ऐकत आहोत अशा उन्मादातच ते मैफिलीवर गारुड करतात. त्यांच्या तोंडून बाहेर पडणाऱ्या ओळी आत्ताच परावाणीतून वैखरीत आल्यासारख्या वाटतात. ही परावाणी त्यांच्या वार्धक्याचं रुपांतर तारुण्यात करते. अखिल भारतीय संमेलनात काही अपवाद वगळले तर रडक्या कविता सादर केल्या जात असताना त्या कविता रडक्या चेहऱ्याशीच स्पर्धा करताहेत असं वाटतं. भाऊसाहेबांच्या बाबतीत अश्रूंवरच्या कविता ऐकवतानासुद्धा ते तुम्हाला रडवत नाहीत. ह्या संदर्भातली त्यांची भूमिका अत्यंत चोख आहे. ते सांगतात,

'उर्दु शायरीचं मी फक्त तंत्र उचललेलं आहे. त्यांच्या संस्कृतीचा वासही मी माझ्या निर्मितीला येऊ दिलेला नाही. 'मराठी शायरी' आणि 'मराठी मुशायरा' ह्या पूर्वप्रकाशित संग्रहात मी मराठी हा शब्द भाषेच्या दृष्टीने न वापरता संस्कृतीच्या अर्थाने वापरला आहे. मराठी शायरी म्हणजे, मराठी भाषेत शायरी निर्माण करणं नव्हे. ज्या संस्कृतीत तुमचा पिंड वाढला आहे त्याच संस्कृतीचं विश्व निर्माण करणं हा माझा उद्देश आहे. उर्दू काव्यातील विश्वाहून आमचं विश्व वेगळं आहे. म्हणूनच मय, कदा, साकी, सैय्याद, कफस, शमा, परवाना ह्या विश्वाला मी माझ्या काव्यात स्पर्श केला नाही.' भाऊसाहेबांचे हे उद्गार सार्थ आहेत, हे प्रत्येक ओळ ऐकताना जाणवतं. इश्क ह्या विषयावरील उर्दू शायरी पेश करतातना त्यातलं सामान्यत्व भाऊसाहेब उदाहरणासहित पटवून देतात. उर्दू शायरीमधला प्रियकर हा प्रेयसीने लाथाडलेला जीव आहे. दयनीय अवस्थेत तो तिची याचना करीत आहे. त्यापायी लाचार झालेला आहे. आणि ती त्याचा मुलाहिजाही ठेवत नाही, हे त्या काव्यात दिसतं.

'मै रों रों के कहने लगा, दर्दें दिल...'

भाऊसाहेब ही ओळ इथेच अर्ध्यावर सोडतात. आणि पुढे मराठीतच त्याचं निरुपण करतात.

'मी जेव्हा रडून रडून माझ्या प्रियतमेला माझं दु:ख सांगू लागलो तेव्हा तिची प्रतिक्रिया काय होती? तर, ती तोंड फिरवून फिदीफिदी हसू लागली.'

भाऊसाहेबांच्या फिदीफिदी ह्या विशेषणावर मैफिलीतला प्रत्येकजण खो खो हसतो. भाऊसाहेब आणखी माहिती पुरवतात, 'मीर सारखा प्रसिद्ध शायर. तोसुद्धा

म्हणतो,'मी माझ्या प्रणयव्यवस्था तिला सांगायला सुरवात केली तर पहिलं वाक्य पूर्ण व्हायच्या आतच तिला झोप यायला लागली.' मग असे हे वीर मोका साधून तिच्या मैफिलीत जागा पटकावतात. तिच्या लक्षात येतं की हे चिरंजीव इथे बसले आहेत. ती त्यांना तिथूनही हाकलून लावते. मग ते तिला म्हणतात,

तेरी महफिलसे उठाता गैर क्या मजाल?

तुझ्या मैफिलीतून मला हाकलून देण्याचं सामर्थ्य त्यांच्याकडून कुठून आलं?

लेकिन मैने देखा, तूनेही इशारा किया था।

भाऊसाहेबांना ह्याच्यावर भाष्य केल्याशिवाय राहवत नाही. ते म्हणतात,

'आता तिने हाकलून दिलं तर, चुपचाप स्वतःच्या घरी जाऊन झोपावं की नाही? पण नाही. हे चिरंजीव परत फिरतात आणि म्हणतात,

बादमे शायद पछताई होगी!

भाऊसाहेबांना अशा तऱ्हेची लाचारी, दैन्य, दीनता मान्य नाही. म्हणूनच ते म्हणतात,

इश्कातही नाही कधी भिक्षुकी केली आम्ही!

उर्दू शायरीमधल्या ह्या लाचारीचं चित्रण करत असतानाच त्या भाषकांची संस्कृती आणि मराठी संस्काराचा बाणा ह्यातला फरक दाखवण्यासाठी भाऊसाहेब सांगतात,

नव्हता तसा केविलवाणा इश्क केव्हा आमुचा

होता पुरे प्रणयात साऱ्या नुसता इशारा आमुचा

दोस्तहो, ह्या अप्सरांनी नाही आम्हा रडविले

रडविले जे काय अमुच्या, संयमाने रडविले!

उर्दू शायरीमध्ये त्यांच्या संस्कृतीत शोभेल अशीच रचना दिसते. प्रेयसीने लाथाडलेला प्रियकर स्वाभिमानाने पेटून उठत नाही. याउलट तो म्हणत राहतो, या आयुष्यात ती पुन्हा भेटेल किंवा भेटणारही नाही. ह्याचा अर्थ , तिची वाटच बघायची नाही असा कुठे होतो?'

ह्या संकल्पनेपासून थेट कब्रस्तानात गेल्यावरही त्यांचा प्रियकर असं म्हणतो,

'जर कधी ह्या कब्रस्तानातून तू गेलीस तर, तुझ्या गजऱ्यातली दोन-चार सुकलेली फुलं मला वाहा म्हणजे झालं!--इथपर्यंत येतो.

आपल्यावर झालेल्या संस्कारानुसार भाऊसाहेबांची भूमिका अशी आहे,

'आम्ही असं मानीत जाणार नाही. आमचा इश्क जर सफल झाला तर आम्ही इथेच स्वर्गसुख भोगू. आणि तो जर असफल झाला, आणि तसा होणारच, तर आम्ही आपोआपच वैराग्याचा मार्ग धरु. वैराग्याकडे सुखाने जाण्याचा मार्गही

भाऊसाहेबांना वैफल्यातून सापडतो. जे चार सामान्य माणसांचं प्रेमात पडल्यावर होतं तेच भाऊसाहेबांचंही झालं. प्रेम तुम्हाला कोणता ना कोणता तरी अनुभव जरुर देतं. साफल्य आणि वैफल्य ह्या एकाच नाण्याच्या दोन बाजू असाव्यात. वैफल्याची संभावना ध्यानात ठेवूनच जो माणूस ह्या बागेत पाऊल टाकतो तो साफल्यातही सावधान असतो. फुलांचा अभिषेक करणारे वृक्ष किंवा नुसताच सावलीचा आहेर करणारे वटवृक्ष जसे डोळ्यासमोर असतात त्याचप्रमाणे सावध माणसाला निष्पर्ण झाडंही दिसत असतात.शृंगार आणि वैराग्य ह्याचं एकाच दृष्टिक्षेपात निरीक्षण करणारा हेच म्हणणार-

सारखा होता पुढे चेहरा हसरा तिचा
होतो अशा मस्तीत जैसा वेणीतला गजरा तिचा
प्राशुनी बेधुंद होतो मदिरा तिच्या अधरांतली
नव्हतो जसा दुनियेत होतो कल्पवृक्षाच्या तली
चांदणे नुसतेच होते जीवनी ह्या पसरले
वाटले दुर्दैव जैसे साफ मजला विसरले
अर्थ दुसरा जीवनाचा कळलाच ना मजला कधी
आज जो कळला तसा ना कळो कोणा कधी

नजरही ज्यांच्यावरोनी वाटले काढू नये
वाटते की आज त्यांचे नावही काढू नये
दोस्तहो, इश्कात साऱ्या हेच असते व्हायचे
हेही जरी ना व्हायचे तर काय दुसरे व्हायचे

नुसताच नाही इश्क सारा समजला आता मला
वैय्यर्थ साऱ्या जीवनाचा समजला आता मला
नुसताच केला इश्क आणि ह्या पदाला पोचलो!

संस्कृतीभेद असं फक्त म्हणायचं. भावनांना जातपात कुठे असते? वसंताचं आगमन आयुष्यात झालं म्हणजे, लंडन-अमेरिकेपासून आफ्रिकेपर्यंत सगळ्या तरुण मनांचं फुलणं आणि तडफडणं एकच असतं. अस्वस्थता हाच धर्म, उत्कटता हीच जात आणि प्रतिक्षा हीच वृत्ती. प्रेमात पडलेल्या माणसाचे उसासेसुद्धा एकाच टेंपरेचरचे असतात. मग तो काश्मीरमधला असो किंवा राजस्थानातला. राजस्थानमधल्या व्यक्तीला ऐन वैशाखातसुद्धा अंगावर थंडीचा काटा फुलवतो तर त्याच वेळेला काश्मीरमधल्या व्यक्तीला हिमवृष्टी होत असतांनासुद्धा उबेची लाट लपेटून टाकते. गेली अनेक वर्ष हिंदी चित्रपटातील प्रेम म्हणजे अंगचटीला

जाण्याचे शतकमहोत्सवी प्रयोगच पाहायचे. भाऊसाहेबांना मैफिलीतली प्रेयसी मान्यच नाही. ज्या प्रेमामध्ये शालीनता आहे. नजाकत आहे, काहूर आणि हुरहूर आहे अशीच स्त्री त्यांच्या प्रेमाचा विषय होऊ शकते. ह्याबद्दलचा भाव भाऊसाहेबांनी भावनेपेक्षाही हळुवार शब्दांत व्यक्त केला आहे. ह्या ओळी वाचताना रसिकांचीच कसोटी लागेल. इंग्रजी भाषेमध्ये 'In between the lines' असं म्हणण्याचा संकेत आहे. आपण पुष्कळदा असं म्हणतो, 'मौन शब्दापेक्षा अधिक बोलकं असतं.' ह्या दोन्हींचा साक्षात्कार पुढच्या ओळीत पाहायला मिळतो.

मानू आम्ही की इश्क अमुचा, त्यांनाच आहे समजला
नजरेतला या भाव ज्यांना न पाहताही समजला
कौशल्यही या अभिनयाचे काय मी सांगू तिच्या
भावही या समजण्याचा वदनावरी नव्हता तिच्या!
लपविली होती जरी का प्रणयार्तता मी आमुची
आले तिच्या नजरेसे कोठे नजर होती आमुची
शालीनता संभाळुनीही सम्मान्निले आम्हा तिने
निखळत्या पदरास नाही स्पर्श केला तिने

संमती ज्या कुशलतेने होती तिने आम्हा दिली
कुशलतेने त्याच मीही जाहीर ना होऊ दिली
नुसतेच ना इश्कास आमुच्या ऐसे तिने सम्मानिले
आमुच्या अपुल्या स्वतःच्या शीलासही सम्मानिले
त्यांशी करावा इश्क ज्यांनी इश्कातही काही पुढे
ना टाकले, टाकू दिले, पाऊलही त्यांच्या पुढे

दोस्तहो, दुसऱ्या क्षणी तो इश्क आम्ही विसरलो
ऐसे जरी ऐसे नव्हे की, एकमेका विसरलो
आग आहे इश्क, उपमा काय दुसरी द्यायची
पेटूनियाही यात नसते राख होऊ द्यायची!

वरील ओळीतील सूचकतेचं गौरीशंकर मला एका ओळीत दिसतं
निखळत्या पदरास नाही स्पर्शही केला तिने!
ह्यातली सूचकता व्यक्त करताना भाऊसाहेब अतिशय सावध असतात. ते म्हणतात,

'तरुणांची दृष्टी कुठे असते, हे जर मी तुम्हाला माझ्या शब्दांत सांगितलं तर तुम्ही म्हणाल, हा म्हातारा भलताच बदमाष आहे. एवढ्याचसाठी मी एक संस्कृत

वचन सांगतो म्हणजे त्या पुरातन संस्कृत कवीला तुम्ही काही नावं ठेवणार नाही आणि मलाही माझा अभिप्राय व्यक्त करता येईल. तो संस्कृत कवी असं म्हणतो,

पयाधरानाम् किल वृष्टि पातौ

पयोधरानाम् शिखरेषु पूर्वम

तथैव यूनानऽपि तृष्टि पातौ...

संस्कृत कवीचं वरील वचन सांगून झाल्यावर भाऊसाहेब डोळे मिचकावून मैफलीकडे पाहतात आणि सांगतात,

'पर्जन्याची वृष्टी प्रथम कोठे होते? पर्वतांच्या शिखरावर. ह्या वृष्टीपाताप्रमाणे तरुणांचा दृष्टिपात प्रथम कोठे होतो? तर पयोधरानाम...'

भाऊसाहेब ह्या शब्दावरच थांबतात. 'पयोधर' ह्या शब्दावरचा श्लेष मैफलीतल्या ज्या जाणकारांना कळतो ते 'तरुणांचा दृष्टिपात कुठे होतो?(तथैव यूनानऽपि दृष्टिपातौ) ह्यावर खळखळून प्रतिसाद देतात. भाऊसाहेबांची शायरी, ते ज्या सार्थ अभिमानाने म्हणतात त्याप्रमाणे पंडितांसाठी आहे. म्हणूनच मीसुद्धा एकान ओळीला सलाम केला आणि त्याचप्रमाणे भाऊसाहेबांच्या प्रेयसीलासुद्धा. स्वत:ची शालीनता सांभाळून तिने त्यांचा सन्मान कसा केला? तर--

निखळल्या पदरास नाही स्पर्शही केला तिने!

भाऊसाहेबांनी शायरीसाठी जे जे विषय निवडले, त्यांत विविधता तर आहेच. पण मी जास्तीत जास्त चक्रावून जातो, ते त्या त्या विषयामध्ये ते जे अनभिज्ञ शिखर निवडतात, ते शिखर पाहून चक्रावून जातो. सह्याद्री किंवा विंध्य पर्वत अनेकांनी पालथा घातला असेल, इतिहासावर नुसतंच प्रेम न करणारे बाबासाहेब पुरंदरे किंवी गो.नी. दांडेकर ह्यांसारख्या मंडळीचे पाय शिवाजीमहाराजाप्रमाणे ठिकठिकाणी स्पर्श करुन गेले असतील. बाबासाहेब तर इतिहासच जगतात. अशा लोकोत्तर माणसांशी केवळ बखरीच बोलत नाहीत, तर मातीचा कण न् कण बोलतो आणि भूमीच जेव्हा आपल्या भूमिपुत्रांशी बोलायला लागते तेव्हा ते बखरीत मावणारं नसतं. प्रतिभावान माणूस प्रत्यक्ष भ्रमण करीत नाही. पण त्यांचा कल्पनाविलास सह्याद्रीहून विराट होऊन अवकाशाला स्पर्श करतो.

जमिनीला मर्यादा आहेत. अवकाशाला नाहीत. म्हणूनच प्रतिभावंताचे पाय जमिनीवर असले तरीही त्याचं मस्तक अवकाशाइतकं विशाल होतं. भाऊसाहेबांच्या कल्पनाविलासात अनपेक्षित गुंफा दिसतात, अनभिज्ञ शिखरं दिसतात. म्हणून शायरीचा विषय कुठलाही असला तरी त्या चमत्कारापुढे वाकावंसं वाटतं. प्रेम, प्रणय, शृंगार, मिलन, विरह, तगमग, तडफडणं हे विषय कवितेला नवीन नाहीत. पृथ्वीतलावर जोपर्यंत माणसांचा वावर आहे, तोपर्यंत तो वावर वरील विषयांना

सोडून होणारच नाही. आणि तरीही उर्दू शायरी आणि मराठी शायरी ह्यातलं संस्कृतिभेद प्रकट करताना भाऊसाहेब प्रथम उर्दू शायरीचं उदाहरण देतात.

प्रेम ह्या उदात्त विषयाला ते मानाचा शिरपेच बहाल करतात. पण उर्दू प्रेमिकाच्या अवस्थेची खिल्ली उडवल्याशिवाय त्यांना चैन पडत नाही. उपरोधपूर्ण पद्धतीने भाऊसाहेब सांगतात,

"त्याचं काय झालं, एका प्रियकराला त्याच्या प्रेयसीने निक्षून सांगितलं की, माझ्या गल्लीत चकरा मारायचं तू बंद कर. आता उर्दू वाङ्मयातला प्रियकर हा 'मोस्ट ओबिडीयंट सर्व्हंट असतो. पुढे हे चिरंजीव मेले आणि योगायोग असा की त्यांची प्रेतयात्रा पाहून ती नक्की असं म्हणेल,

जनाजा देखकर मेरा, वो अंदाजसे बोले
गली कही थी मैने, तुम दुनिया छोड चेल.'

आपल्या मरणानंतर तिच्या मनात नक्की कणव निर्माण झाली असेल--ह्या कल्पनेतच हे चिरंजीव खूष आहेत.''

दुसरा उर्दू प्रेमिक, त्यांच्या नशिबात तर तेवढंही भाग्य नव्हतं. तेव्हा तो म्हणतो,

जनाजा क्या सारा जहाँ निकला
लेकिन वो नही आयी
जिसके लिये जनाजा निकला

ह्या प्रकारच्या शायरीला 'फॅन्सीफुल' किंवा 'इमॅजिनेटिव्ह' शायरी म्हणतात. ह्या विषयातसुद्धा भाऊसाहेबांचा अविष्कार जेवढा संपन्न आहे तितकाच मन आणि बुद्धीला सुखावणारा आहे. मोठ्या दिलखुलासपणे हा विषय मांडताना ते म्हणतात,

"आमच्या एका चिरंजीवांची आणि त्यांच्या प्रेयसीची काही केल्या प्रत्यक्षात गाठ पडेना. मग दोघांनी संगनमत करुन एक वेगळा निर्वेध मार्ग निवडला आणि त्यासाठी भेटण्याचं ठिकाणही ठरवलं. ते ठिकाण म्हणजे स्वप्न. पण तरीही दुर्भाग्याने पाठलाग सोडला नाही. कारण ह्या चिरंजिवांना त्यांची प्रेयसी प्रत्यक्ष रस्त्यातच भेटली. म्हणून त्या प्रेयसीला विचारलं,

वास्तवाच्या या जगी मिलनाची आसही
सोडुनि तू स्वप्न माझे का इथे आलीस ही

तू अशी आम्हाला प्रत्यक्षात का भेटलीस? इथं भेटून काय उपयोग? ह्यापेक्षा स्वप्नातलीच भेट चांगली नव्हती का? तिथे आपल्याला आपल्या मनासारखं वागता येत होतं, मनासारखं जगता येत होतं. प्रत्यक्षात भेटणार नव्हतीस, म्हणून

स्वप्नांच्या आधारावर जगत होतो. आता माझी काय अवस्था झाली आहे हे तुला कळलं का?

वास्तवाच्या या जगी मिलनाची आसही

सोडुनि तू स्वप्न माझे का इथे आलीस ही

वाटते की जीवनी या, काहीच नाही राहिले

स्वप्नातही पण आज माझ्या, काहीच नाही राहिले

भाऊसाहेबांच्या ह्या प्रियकराला, स्वत:च्या प्रेयसीला सातत्याने स्वप्नातच भेटायची सवय झाली. स्वप्नातली भेट ही अमर्याद भेट असते आणि तिला कुंपणही नसतं. कारण स्वप्नामध्ये समाजाला नाक खुपसायला संधी नसते. वास्तवतेमध्ये अनेक बंधनं सांभाळावी लागतात. ह्या प्रियकराला प्रेयसी प्रत्यक्षातच भेटली तेव्हा हे सांगण्यावाचून गत्यंतरच नसतं,

आजवरी नुसतेच होतो, स्वप्नात तुजला भेटलो

हे खरे की आज ऐसे, प्रत्यक्ष आहो भेटलो

हाय! माझ्या दुर्दशेला, अंत नाही राहिला

आज ह्या प्रत्यक्षतेचा, विश्वास नाही राहिला.

ऐसे जरी स्वप्नात माझ्या, येऊनी गेलीस तू

मानेन की प्रत्यक्ष जैसी, भेटुनि गेलीस तू

मानण्याचा प्रश्न नुसता, ते स्वप्न अन् ही जागृति

काय मोठे त्यात आम्ही, त्यालाच मानू जागृति

आपण येता-जाता म्हणतो, 'सुख हे मानण्यावर आहे.' हे वचन जर खरं मानलं तर प्रत्यक्षात सौख्य नावाची अवस्था अस्तित्वातच नाही असं म्हणावं लागेल. असं असतंही. अनेकदा कोणतीच गोष्ट मनासारखी घडली नाही तरी आपण शांत असतो.एखाद्या जलाशयाच्या पृष्ठभागावर एकही तरंग उठू नये अशा मानसिक अवस्थेत असतो. अनेक भावनाप्रधान आणि विचारवंतांनी ह्या विधानाचा अनुभव घेतला. मी फक्त भावनाप्रधान आणि विचारवंतांची गणना केलेली आहे. कारण ह्या दोन्हीपैकी कोणत्या तरी एका पातळीवर सतत राहण्याची धडपड अशाच माणसांची चाललेली असते. अभिरुची ह्या शब्दाचा शाप घेऊन जन्माला आलेली ही माणसं. साफल्य आणि वैफल्य ह्या हिंदोळ्यावर झुलणारी ही माणसं. ह्या माणसांचा झोपाळा वास्तवतेच्या समांतर जमिनीवर कधीही ठरत नाही. म्हणूनंच ते कायम अस्वस्थ असतात. अशा माणसांना मरण एकदाच येतं. पण आईच्या कुशीमधून भावनाप्रधान आणि बुदिप्रधान माणसं स्वप्ननगरीतच मुक्कामाला

येतात. यांचा रोज जन्म होतो. तसाच रोज मृत्युही. म्हणूनच सगळं मनासारखं घडूनही ते अस्वस्थ असतात किंवा मनाविरुद्ध घडूनही शांत असतात.अशा माणसांचे शांती-अशांतीचे खटले स्वप्नांच्या सुप्रीम कोर्टातच होतात. म्हणूनच ही माणसं सहजी म्हणतात,

मानण्याचा प्रश्न नुसता, ते स्वप्न अन् ही जागृति
काय मोठे त्यात आम्ही, त्यालाच मानू जागृति

भाऊसाहेबांचा एक प्रियकर तर ह्याहीपेक्षा तरल अवस्थेत जगतो. स्वप्नातदेखील ह्या माणसाची जमीन सुटते. म्हणूनच ह्यांच्या स्वप्नामध्ये प्रेयसी येऊन गेली हे ह्यांना दुसऱ्याकडून समजतं. ह्या भावुकांना स्वप्नातदेखील उशिरा जाग येते. मग ते म्हणतात,

येऊनी तेथे अम्हा, ना भेटता गेलीस तू
ऐकतो, स्वप्नात माझ्या, येऊनि गेलीस तू
यातही उपकार आम्हा, काही कमी ना वाटले
स्वप्नातही येशील ऐसे, स्वप्नात नव्हते वाटले

‘‘काय बुवा तुमची ही प्रेयसी? तुम्हाला ती प्रत्यक्षात भेटत नाही हे मी समजू शकतो. पण स्वप्नात येऊनसुद्धा भेटायचं नाही हे अजब आहे.’’

तेव्हा त्या प्रियकराने सांगितलं,

‘‘त्याचं असं आहे भाऊसाहेब, आमची ही प्रेयसी अतिशय भित्री आहे. मी असं का केलं, हे तिने आम्हाला सांगितलं. आणि आम्हाला ते पटलं.’’

भाऊसाहेबांनी विचारलं,‘‘स्वप्नामध्ये यायला तिला नेमकी कोणती भीती वाटली?’’

तेव्हा त्याने सांगितलं,

‘‘भीती तिला प्रणयात, कोणी पाहील याची वाटते
येऊनही स्वप्नात माझ्या, हेच तिजला वाटते
म्हणते कशी, कैसीतरी स्वप्नात या आले तुझ्या
आहेत पण सारेच बाई, भोवती जागे तुझ्या
जाणते सर्वांस यांना, मीही नव्हते साधी तशी
स्वप्नातही येतील मेले, मी जशी आले तशी.’’

आता त्या प्रियकरापेक्षा स्वत: भाऊसाहेबांनाच जास्त ओढ निर्माण झाली. स्वप्नात तर स्वप्नात, पण त्या दोघांची भेट व्हायलाच हवी असं भाऊसाहेबांना वाटू लागलं. त्यांनी त्या प्रियकराला विचारलं,

''गड्या, हे जे काय घडलं ते बरं झालं का? तुझी तगमग किती वाढली असेल ह्याची मी कल्पना करु शकतो. ह्यावर काहीतरी उपाय हवा! सांग काय करु या?''

माणसाच्या स्वभावाचं एक वैशिष्ट्य आहे. स्वत:च्या प्रेमाच्या बाबतीत त्याला असं वाटतं, हे जगातलं एकमेव पहिलं प्रेम. असं प्रेम कुणालाही करता येणार नाही. ह्या अवस्थेतून तो जिंकून किंवा पराभूत होऊन बाहेर पडला, म्हणजे दुसऱ्या कोणत्याही माणसाची प्रेमकहाणी त्याला हास्यास्पद वाटते. 'घायल की गती घायल जाने' हे वचन सगळ्यांच्याच माहितीचं आहे. माझ्या मते ते सर्वार्थाने सत्यवचन नव्हे. 'घायल मन' हे घायाळ अवस्थेत आकाशाप्रमाणे विशाल व्हायला हवं. तसं ते झालं तर कोणत्याही देशातलं, कोणत्याही माणसाचं फसलेलं प्रेम त्याच्या मनावर चरा उमटवील. 'प्रेम' ही एकमेव निधर्मी अवस्था आहे. 'घायल मन' जर कडवट झालं तर इतरांच्या फसलेल्या कहाण्यांतच त्यांना रस वाटू लागेल.

''मीच तिच्या स्वप्नात जायचं ठरवलं.''

''भेटली का?''

''भेटण्या जेव्हा तिच्या, स्वप्नात मी गेलो तिथे
स्वप्नातही अपुल्या स्वतःच्या, हाय! ती नव्हती तिथे.''

भाऊसाहेब चक्रावलेच. स्वत:च्या स्वप्नात ती स्वत: तिथे नाही, ह्याचा अर्थ काय?

भरपूर 'पेशन्स' असलेल्या प्रियकराने सांगितलं,

''भाऊसाहेब, त्याचं काय आहे माहित आहे का?

त्रास ऐशा अप्सरेला, हाच असतो सारखा
नेतो तिला उचलून जो तो, अपुल्याच स्वप्नी सारखा.

शेवटी मी ठरवलं की आपण आता मागावरच राहायचं. ती ज्याच्या स्वप्नात जाईल, त्याच्या स्वप्नात तिच्यापाठोपाठ आपणही जायचं.

ऐकले दुसऱ्या कुणाच्या, स्वप्नात ती आहे तिथे
बोलाविले नव्हते तरीही, धावुनी गेलो तिथे
आता तरी दुर्दैव वाटे, नक्कीच माझे संपले
पोचण्याआधीच तेही, स्वप्न त्याचे संपले.''

जागृती आणि स्वप्न ह्यावरचा भाऊसाहेबांचा कल्पनाविलास ऐकता-ऐकता,

मला त्यांचे शब्द ऐकू येईनासे झाले. फक्त भाऊसाहेबच आता डोळ्यांसमोर होते. संस्कृत, मराठी, उर्दू, इंग्लिश ह्या चार भाषांवर प्रभुत्व. पेशा वकिलीचा, छंद शिकार आणि शायरीचा. 'शेरो-शायरी' ह्यातला 'शेर' भाऊसाहेबांनी प्रत्यक्ष जंगलात जाऊन टिपलाय. शिकार करायची ती आमनेसामने. मचाण बांधून नाही. न्यायशास्त्राबरोबर तर्कशास्त्र आणि दर्शनशास्त्राचाही व्यासंग. आत्ता माझ्या डोळ्यासमोर जे भाऊसाहेब येतात, ते त्यांच्या घरातले भाऊसाहेब. विजूच्या घरची मैफिल. ह्या मैफिलीत त्यांचा मुलगा विजू, त्यांची पत्नी सरोज, विजूचा जावई नंदू आणि अधनंमधनं मुलगी. कोणे एके काळी मी ड्रिंक्स घेत असे. मद्यपान संपूर्ण सोडूनही बारा वर्ष झाली. अशाच एका घरगुती मैफिलीत विजूने नेहमीप्रमाणे ड्रिंक्सची तयारी केली. मी विजूला म्हणालो, ''एक ग्लास कमी.''

मी ड्रिंक्स कायमची सोडली, ही त्याला बातमी होती. तो भाऊसाहेबांना म्हणाला,

''हा वपु बघा, ह्याने ड्रिंक्स सोडली असं हा म्हणतो.''

मी भाऊसाहेबांकडे पाहतो. त्यांचा चेहरा बदलतो. शेकडो जाहीर मैफिली करणारे भाऊसाहेब वेगळे आणि आता समोरचे भाऊसाहेब वेगळे हे ताबडतोब लक्षात येतं. एका आयुष्यात किती शास्त्रांचा व्यासंग करता येतो, ह्याचा मूर्तिमंत साक्षात्कार समोर होता.

आयुष्यातला क्षण न् क्षण सत्कारणी लावणारी अनेक माणसं मला भाऊसाहेबांच्या ठिकाणी दिसतात. चित्रपटगृहात जशा जाहिरातीच्या 'स्लाइड्स' एकामागून एक झळकून जातात त्याप्रमाणे मी बघत असतो भाऊसाहेबांकडे. पण त्यांच्याच ठिकाणी मला सुरेशचंद्र नाडकर्णी दिसतात. ब. मो. पुरंदरे, शुक्ल यांच्यासारखे अनेक चेहरे आठवून जातात. आज आपण मानवनिर्मित कॉम्प्युटरचं कौतुक करतो, पण त्याला कमांड्स देणारा मेंदू हा निसर्गनिर्मितच आहे. निसर्गनिर्मित कॉम्प्युटर हा फक्त मानवांनाच लाभला आहे असं नाही. नुकत्याच सुरु झालेल्या 'डिस्कव्हरी' चॅनलवर मानवी मेंदूसुद्धा कल्पना करु शकणार नाही अशा आकाराचे, विविध रंगांचे असंख्य जलचर प्राणी, भूचर प्राणी पाहायला मिळतात. लहान मुलांच्या मनात येईल त्या आकाराचे निरर्थक रेषा मारायला सांगितल्या, तर तसा प्राणीही अस्तित्वात असतो हे 'डिस्कव्हरी' चॅनलने सांगितलं. अशा प्राण्यांनासुद्धा स्वत:चं अन्न कसं मिळवायचं आणि बचाव कसा करायचा हे निसर्गने शिकवलंय. एक मनुष्यप्राणी सोडल्यास सगळ्या सजीव जीवसृष्टीचं एकच कार्य चालताना आपल्याला दिसतं. स्वत:साठी भक्ष्य शोधणं आणि आपण कुणाचं भक्ष्य न होणं. त्या विराट शक्तीपुढे माथा झुकतो तो ह्याचमुळे.

भाऊसाहेबांच्या मैफिलीत ते तुम्हाला अगदी अल्लदपणे त्यांना हव्या असलेल्या

भूमिकेवर नेऊन ठेवतात. वास्तविक एकच व्यवसाय करीत असताना अनेक विषयांवर अधिकारवाणीने बोलणारी माणसं कमी नाहीत. प्रश्न आहे तो आवश्यक असलेल्या क्षणी, चपखल उदाहरण देता येणं हा. आणि इथं भाऊसाहेब तुम्हाला जिंकतात. मला एकदा ते म्हणाले,

"समजा, तुम्ही उद्या हे विधान केलंत की हा वा.वा.पाटणकर हा मूर्ख माणूस आहे, तर मी काय करीत?"

माझी स्वत:ची वृत्ती नसतानाही मी म्हणालो,

"तुम्ही मला एक झापड माराल."

भाऊसाहेब नेहमीच्या स्टाईलमध्ये हसत म्हणाले,

"अरे, मग आमच्या विद्वत्तेचा उपयोग काय? मी विजूला म्हणेन, अरे विजू, हा व.पु. काळे मला मूर्ख म्हणतोय तर, तो असं का म्हणाला?-- ह्याच्यावर आपण चर्चा करु. हा वपु काळे आर्किटेक्ट आहे, इंटिरिअर डेकोरेटर आहे, व्हायोलिन आणि हार्मोनियम वाजवतो, फोटोग्राफर आहे, लेखक आहे, कथाकथनकार आहे. इतकं सगळं असताना तू याला मूर्ख म्हणशील का? असं सगळं असून तो जर मला मूर्ख म्हणत असेल तर त्याचा परामर्ष घेऊ. आता माझ्याबद्दल बोलू. आम्ही भले न्यायशास्त्राचा अभ्यास केला, फौजदारी वकिली केली, शिकारी केल्या, मराठी, संस्कृत, इंग्लिश, उर्दू ह्यांचा अभ्यास केला. एका दर्शनशास्त्री योग्याला घरी बोलावून, त्याच्याकडून ती विद्या मिळवली. पहिला मराठी शायरीकार म्हणून लौकिक मिळवला. मग आम्ही मूर्ख कसे?"

मी अनावधानाने म्हणालो,

"अगदी बरोबर!"

वा.वा. मोठ्यांदा हसत म्हणाले,

"आता आम्हाला मूर्ख म्हणणाऱ्यांनी विचार करावा."

मी तिथेच वाकून नमस्कार केला.

भाऊसाहेब म्हणाले,"आता तुम्हाला झापड मारायची आम्हाला गरज आहे का?"

तेवढ्यात विजू म्हणाला,

"भाऊसाहेब, हा वपु ड्रिंक्स घेत नाही त्याचं काय?"

भाऊसाहेब नेहमीच्या पद्धतीने म्हणाले,

"आपण ह्याच्यावर विचार करु. रसिकतेने आस्वाद घेणाऱ्या ह्या वपुने ड्रिंक सोडलं."

"हो, सोडलं."

"का?"

''पान, सुपारी, तंबाखू मी कधीच खाल्ली नाही. सिगरेट ओढली नाही. समाजामध्ये मी रुबाबाने वावरत होतो. एक दिवस विचार केला, ड्रिंक्स तरी कशाला हवीत?''

''आता विचार करु. तुम्ही जेव्हा ड्रिंक्स घेत होतात, तेव्हा चौकाचौकातून निषेधाचे फलक लावले का?''

मी मानेने 'नाही' म्हणालो.

''बरं, दारु सोडल्यानंतर समाजाने तुमचे पाय धुतले का?''

''नाही.''

''मग ज्या समाजाला तुम्ही घेतली काय किंवा सोडली काय ह्याचं सोयरसुतक नाही, अशा समाजाकरता आनंद का सोडायचा?''

''भाऊसाहेब तेवढं एकच कारण नाही. माझं मन फार चंचल आहे. मी पटकन् आहारी जाणारा माणूस आहे. तसं होऊ नये म्हणून मी ड्रिंक्स सोडली.''

भाऊसाहेब म्हणाले,

''आता आपण चंचल मनाचा विचार करु. आज तुमचं वय किती?''

''त्रेपन्न.''

''आत्तापर्यंत तुम्ही काय काय केलंत?''

''चोवीस वर्ष नोकरी झाली, पंचवीस पुस्तकं लिहिलीत, कथाकथनाचे हजार कार्यक्रम केले. त्यासाठी अमाप प्रवास केला. संसार झाला, मुलांची शिक्षणं झाली...''

मला अर्ध्यावर अडवत भाऊसाहेब म्हणाले,

''मन चंचल असताना जर तुम्ही एवढे उद्योग केले तर चंचलपणात काय वाईट आहे? तेव्हा घ्या!''

''नको भाऊसाहेब!''

''त्याचं असं आहे, दारु सोडण्याचा निर्णय तुम्ही घेतलात, त्या क्षणी तुम्ही दारु सोडल्यासारखीच आहे.''

''असं कसं?''

''ऐका. आम्ही यवतमाळला बसलेले असतो. मस्त मित्रपरिवार असतो. गप्पा, हास्यविनोद, शायरी सगळं रंगात आलेलं असतं आणि एवढयात कुणीतरी सांगत येतं,'भाऊसाहेब, उठा. वेशीपाशी वाघ आलाय.'

'कुठं आहे बंदूक?' असं म्हणत आम्ही उठतो. रायफल घेतो आणि मित्रांना सांगतो, 'चला,शिकार बघायला.' आमच्याबरोबर काही कुणी येत नाही. आम्ही निघतो. आता मुख्य प्रश्न आहे, आम्हाला 'हाकारे' मिळायला हवेत. त्यांनी योग्य दिशेने आवाज करुन वाघाला आमच्यासमोर आणलं पाहिजे. आमचा नेम चुकता

कामा नये. थोडक्यात म्हणजे, शिकार साधेल किंवा फसेल. पण वाघ म्हटल्याबरोबर बंदुकीकडे कोण धावलं? इथं आम्ही शिकारी आहोत की नाही हे सिद्ध केलं की नाही. दुसरं कुणी उठलं? आता वाघ मिळणं न मिळणं ह्या व्यावहारिक अडचणी झाल्या. त्याप्रमाणे कधी तुम्हाला मोह झाला म्हणून, कधी माझ्यासारख्यांनी गळ घातली म्हणून, तुम्हाला प्यावं लागणं ही व्यावहारिक परिस्थिती झाली. ज्याला सोडायची आहे त्यानेच निर्णय घेतला. वाघाच्या मरण्यावर ज्याप्रमाणे माझं शिकारीपण अवलंबून नाही, त्याप्रमाणे एक दिवस ड्रिंक घेतल्यामुळे तुमच्या निर्व्यसनी होण्याच्या ध्येयामध्ये अडथळा कुठे येतो? तेव्हा घ्या!''

मैफिलीने टाळ्या दिल्या आणि मी विजूच्या घरातल्या मैफिलीतून पुन्हा वर्तमानातल्या मैफिलीत आलो. भाऊसाहेब सांगत होते,

"प्रतिभावंतांची कसोटी नेमकी कधी लागते? शायरीच्या ह्या शामियान्यात इश्क, दर्द, इंतजार आणि विरह ह्यासारखे विषय वारंवार येत राहणार. पण खरी परीक्षा आणि विचारांची झेप, ज्यावेळी शायर अधिक गंभीर विषयांचा परामर्ष घेतो, तत्त्वचिंतनात्मक विषयांचा वेध घेतो तेव्हा कळून येतो.

अत्यंत गांभीर्याने महत्त्वाचा मुद्दा मांडत असतानासुद्धा भाऊसाहेबांमधला दुसरा खट्याळ भाऊसाहेब रास्ता रोको म्हणत उभा असतो.

माणसाला मृत्युपेक्षाही वार्धक्याचीच जास्त भीती वाटते. शेवटचा श्वास घेतला रे घेतला, म्हणजे शरीराशी असलेलं नातं संपलं. ह्याचाच अर्थ यातनांचा शेवट. वार्धक्यामुळे कुटुंबातील इतर माणसं त्यांच्या स्वत:च्या कामात दंग असतात आणि ते व्यवहाराला धरुनही आहे. अशा वेळेला सर्वात निकटवर्ती असतात त्या वेदना. ह्या तुम्हाला कुठंही सोडून जात नाहीत. परिवारातील इतर माणसांना नेहमीची कामं करित करित आणि कधीकधी स्वत:ची कामं बाजूला ठेवून घरातल्या वृद्ध व्यक्तीसाठी राबावं लागतं. निव्वळ वार्धक्याच्या मागण्या ह्या शारीरिक पातळीवरच्या असतात. वार्धक्याबरोबर व्याधी आल्या म्हणजे सगळ्या परिवाराचंच आयुष्य अवघड होतं. व्याधी असाध्य आहेत हे जर एकदा सिद्ध झालं तर आजारी माणसासहित, परिवारसुद्धा त्याच्या मरणाची प्रतीक्षा करित असतो. आपण नावारुपाला येईपर्यंत हाच माणूस आयुष्यभर झटला असा कृतज्ञ भाव शेवटपर्यंत बाळगणारा सुजाण परिवार भेटला तरच वार्धक्याचा आदर होतो. तरीसुद्धा वार्धक्य म्हणजे यातनाच. यातनांचा प्रत्येक उद्गार कवितेचंच रुप धारण करतो. एखादेच भाऊसाहेब पाटणकर वार्धक्यातही रुबाबात जगतात.

"आमच्या मैफिलीचा श्रोतादेखील बोलायला लागला पाहिजे, अशी आमची शायरीची संकल्पना आहे.'' असं भाऊसाहेब म्हणतात. त्याप्रमाणे कमलाकर

जोशीसारखा श्रोता बोलायलाही लागतो. वार्धक्यावरची भाऊसाहेबांची शायरी ऐकून कमलाकर जोशींनी एका पत्रातून वार्धक्याबद्दलचे त्यांचे विचार मला कळवले. भाऊसाहेबांची शायरी पेश करत असताना, श्रोत्यांसमोर ते जे निवेदन करतात ते निवेदन वाचून मीसुद्धा सुन्न झालो. त्यांनी लिहिलं होतं,

'म्हातारपण म्हणजे नुसती पैशाची सोय करुन भागत नाही, तर ते स्वीकारण्याची फार मोठी मानसिक तयारी करावी लागते. आजूबाजूची सर्व माणसंच काय, पण ज्या दाही दिशांना फिरुन तुम्ही तुमचं जीवन घडवता, संसाराची घडी नीट बसवण्याचे कष्ट करता, मुलांना मोठे करता, त्या दाही दिशाही म्हातारपणी एका वेगळ्याच रुपात तुमच्यासमोर येतात.

'संध्याछाया भिवविती हृदया' या भा.रा. तांब्यांच्या कवितेतील ओळीप्रमाणे तुमचे आता मावळतीचे, म्हणजे 'पश्चिमे'चे वारे वाहतात.

तुमची घरातील गरज संपलेली असते. तुमच्या सल्ल्याची, उपदेशाची कुणीही पर्वा करत नाही. तरुण पिढीच्या तंत्राप्रमाणेच तुम्हाला राहावं लागतं. म्हणजेच घरात करीन ती 'पूर्व' असते. वयोमानाप्रमाणे नीट दिसत नाही. हातही कापायला लागतात. त्यामुळे सहीत थोडासा बदल होतो. ही असली कारणं पुढे करुन बँकेतली शिल्लक मुलं आपल्या नावावर करुन घेतात. (तुमचा त्रास वाचावा ह्या सद्हेतूने!) आणि नंतर जर तुम्हाला कधी पैसे लागले तर तुमची मागणी पंधरा-वीस रुपयांची असेल, तर हातावर पाचच रुपये दक्षिणा द्यावी त्याप्रमाणे ठेवले जातात. ती 'दक्षिणा' दिशा. जर तुम्ही म्हणाला, 'अरे, मी वीस रुपये मागितले होते. पाचच का दिलेस?' कोठूनही उत्तर येत नाही. तुमच्या कोणत्याही प्रश्नांना उत्तर नसतंच, ती 'उत्तर' दिशा.

आपण चिडून, चरफडून काही बोलायला जावं तर पोटातला अग्नी शांत करण्यासाठी दोन घास वेळेवर तरी मिळतील का?--या भावनेने त्या जठराग्नीकरता स्वस्थ बसावं लागतं, ती 'आग्नेय' दिशा. 'नैऋत्य' दिशा म्हणते, 'बाबा रे, तुझे ऋतू आता संपले आहेत. निराळे ऋतू आले आहेत. त्यांना सामोरं जा.'

'वायव्य' सल्ला देते, तुझं कर्तव्य तू केलंस. आता मनस्ताप करुन राहिलेलं आयुष्य वाया घालवू नकोस. त्याचा व्यय होऊ देऊ नकोस. 'ईशान्ये'कडे जा. कारण 'ईशा'शिवाय अन्य मार्ग नाही.

'ईशा'कडे म्हणजे आकाशाकडे बघायला जावं, तर 'ऊर्ध्व' लागलेला असतो. नजर वळते ती दहाव्या दिशेला--मातीकडे. आणि ती माती सांगते,
'तुझाच आहे शेवट वेड्या माझ्या पायाशी' ''

श्री. कमलाकर जोशयांचं पत्र वाचल्यानंतर मनात विचार आला, की हे सगळं

आपल्याला वा.वां. प्रमाणे शायरीत व्यक्त करता येईल का? मी प्रयत्न केला. तो अंशत: यशस्वी झाल्याचं पाहिलं आणि ध्यानात आलं की शायरी हे वृत्त नाही, तर वृत्तीचा भाग आहे.

दोस्तहो, ह्या जिवलगांनी दूर जेव्हा लोटले
त्याच वेळी दशदिशांनी बाहूत मजला घेतले
सांगतो ती 'पूर्व' ऐसे पुत्र बोलू लागले
'सूर्य' आणि 'पूर्व' यांचे नाते विरुन गेले
त्याच वेळी 'पश्चिमे'चे दूत आले स्वागता
ध्यानात आले, जीनवाची झाली आता सांगता
चेक कैसा मी लिहावा, हात कापे सारखा
माझीच का ही स्वाक्षरी , हा प्रश्न पडला सारखा
आतुरता होती मुलांना, ह्याच त्या एका क्षणाची
घेतली काढून त्यांनी, खाते वही संचिताची
त्यांच्या कृपेने लाभेल जैसी, तीच झाली दक्षिणा
बोलली 'दक्षिण' तेव्हा, येऊ कशी रक्षणा
प्रश्न पुसता प्रेमभावे मिळती कटू प्रत्युत्तरे
'उत्तरेचा' अर्थ म्हणजे, निरुत्तरे अन दुरुत्तरे

कैसा तयांना मी विचारु जाब ह्या वर्तनाचा
त्यांच्याच हाती प्रश्न माझा दोन प्रहरी जेवणाचा
'आग्नेय' राही दूरवरती, जठरातला अग्नी खरा
अर्थ ह्या मधल्या दिशेला, वृद्धापकाळी कळला खरा

'वायव्य' मजला कानात सांगे, तत्त्व साऱ्या जीवनाचे
'व्यय' कशाला व्यर्थ करशी, 'ईशान्य' दिशी जायचे
'ईश' म्हणता नजर माझी 'उर्ध्व' आकाशास गेली
ऋतू तुझे संपून गेले, 'नैऋत्य' ही उद्धारली

येई वत्सा, ये फिरुनी, शब्द हे कोठून आले
नऊ दिशांना पाहता मी, तोंड त्यांनी फिरविले
दिशा दहावी स्मशानभूमी, कुशीत घेण्या सज्ज होती
जन्मांतरीची माय माझी, आर्त हाका देत होती.

भाऊसाहेब मैफिलीला विचारतात,

''उद्या मला जर कुणी 'ब्लाऊज' ह्या विषयावर तत्त्वचिंतनात्मक ओळी लिहा असं सांगितलं तर ते शक्य आहे का? अरे, आम्हा शायर लोकांना काहीतरी भव्य विषय आकर्षित करत नाहीत, तोपर्यंत कोणत्याही शायराचं बुद्धिवैभव निदर्शनास येत नाही. जिंदगी म्हणा, मौत म्हणा किंवा ज्या अवस्थेची प्रत्येक माणसाला भीती वाटते असं वार्धक्य म्हणा ह्यावर जेव्हा शायर बोलू लागतो तेव्हा तो संपूर्ण आशयासहित प्रकट होतो.''

उर्दू वाङ्मयातसुद्धा जीवनविषयक शायरी निर्माण होते, तेव्हाच त्यांच्या बुद्धिप्रगल्भतेची साक्ष आम्हाला पटते. नेहमीच्या व्यवहारात आपण 'जिंदगी चार दिन की है' असं म्हणतो. पुरातन कालापासून आयुष्याला कायम क्षणभंगुर मानलं गेलं आहे. 'दोन घडीचा डाव, त्याला जीवन ऐसे नाव' हे 'रामशास्त्री'तील गीत अजून विसरता येत नाही. ह्याच आयुष्याला उद्देशून एक उर्दू शायर म्हणतो,

माना के ये जिन्दगी है चार दिन की
बहुत होते है यारो, चार दिन भी

ह्या ओळीप्रमाणेच आणखीन एक शायर असे म्हणतो,

जिससे पूछा मैं, के दिल खुश है दुनियामें कही?
रो दिया उसने और कहा के, कहते हैं ऐसे

उर्दू शायरीची ही दोन उदाहरणं दिल्यानंतर भाऊसाहेब म्हणतात,

''जीवन म्हटलं म्हणजे त्या जीवनाचा आत्मा, जो कटुता आहे त्याच्यापासून तुम्ही पळणार कसे? वार्धक्य, मृत्यू, व्याधी हे सगळे जीवनाला लाभलेले शाप आहेत. ह्यात आयुष्याची अपरिहार्यता आहे. वार्धक्य आणि मरण ह्या दोन अवस्था जीवनाचाच भाग असल्यामुळे माणूस त्यातून सुटणार कसा? त्यातलं दाहक सत्य पचवण्यासाठी केवळ एकच उपाय आहे. एखादी सुगृहिणी कारल्याची भाजी करते तेव्हा त्या भाजीत चिंचगुळाचा असा कौशल्यपूर्ण मारा करते आणि तोही इतक्या प्रमाणात की, कारल्याचा उरलेला कडवटपणा, हा त्या भाजीचा चवीचा भाग होतो. जीवनामध्ये तसंच आहे. वार्धक्य किंवा मृत्यु ह्यांचा उपयोगही जीवनातला आनंद वाढेल अशा पद्धतीने आणि प्रमाणात करता आला तरच त्याला प्रतिभा म्हणावं, किंवा इथें तुमच्या प्रतिभेची खरी कसोटी आहे.

एक शायर म्हणतो,'मरनेवाले तो खैर बेबस है.'

मरणारा जीव हा बेशुद्धीच्या आधारावर मरणाला आनंदाने सामोरा जाऊ शकतो.

तोच शायर पुढे म्हणतो, 'जीनेवाले कमाल करते है.'

'जीनेवाले कमाल करते है.' असं जो उर्दू शायर म्हणतो, त्याच्या ह्या उदगारात ज्या माणसाने तडफडत आयुष्य घालवलं, केवळ संकटाशीच सामना केला, सतत झगडा देऊनही अपयश हाती आलं, खूप कष्ट करुनही यश किंवा लौकिक ही शिखरं लांबूनही दिसली नाहीत अशी दुर्भागी माणसं डोळ्यासमोर येतात.

याउलट भाऊसाहेब परमेश्वराला ठणकावीत जीवन जगले आहेत.

नुसतेच ना दुनियेत तुमच्या, आलो अम्ही गेलो अम्ही

भगवन् तुझ्या दुनियेस काही, देऊनी गेलो अम्ही

शायरी तुला अर्पून गेलो, माझे जणू सर्वस्व ती

दुनिया तुला विसरेल भगवन् , ना आम्हा विसरेल ती

जन्माला आल्यानंतर कोणकोणते भोग मागे लागणार आहेत ह्याचा अंदाज येताक्षणी ते म्हणतात,

फेडून घे अस्मान दैवा मागे पुढे पाहू नको

नाही कधी म्हणणार मीही, आता पुरे, आता नको

भोगिले आहे अम्हीही, भोगावया जे पाहिजे

जीवनी आता अम्हीही, चेंज थोडा पाहिजे

पाहिले ऐश्वर्य तेही, आहे तुम्ही जे पाहिले

पाहिले जास्तीच आम्ही बरबादीचेही पाहिले

राखेतली या धुंद आहे फक्त दोघा समजली

समजली आम्हास आणि शंकराला समजली

भंगल्या मूर्ती तयांचे भाव नाही भंगले

भंगले मंदिर, त्याचे शिल्प नाही भंगले

जीवनी बरबादीलाही झेलुनिया येथे अम्ही

आहो उभे तैसेच, जैसी वेरुळची लेणी अम्ही

रडविले देवादिका तू, ऐकली कीर्ती तुझी

रडविण्या अम्हास देवा माय ना व्याली तुझी

जेव्हा नयनांत तू या अश्रूस होते निर्मिले

प्रत्युतरी तत्काळ मीही शेर काही निर्मिले

ओशोंनी जीवनाबद्दल आणि मरणाबद्दल असंख्य विचार प्रकट केले आहेत. कृष्णापासून, अष्टावक्र गीतेसह. जे. कृष्णमूर्तींच्या तत्त्वज्ञानापर्यंत त्यांनी सुमारे तीस

ते चाळीस थोर विचारवंतांचा परामर्ष घेतला. सूत्ररुपाने सांगायचं ठरवलं तर दोन-दोन वाक्यांत संपूर्ण ओशो म्हणजे काय हे सांगता येईल.

साथ मे हो तो प्रेम करो
एकांत मे हो तो ध्यान करो.

आयुष्य म्हणजे गणित नाही. म्हणूनच संख्याशास्त्राच्या आधारावर किंवा तर्कशास्त्राने उत्तरं मिळत नाहीत. आयुष्य एक कविता आहे. कवितेप्रमाणेच आयुष्यातला आनंद लुटला पाहिजे. तीच भूमिका डोळ्यासमोर ठेवून भाऊसाहेब आयुष्य मस्तीत जगले. मी इथे मुद्दाम 'भूमिका' हाच शब्द वापरला आहे. 'आदर्श' हा शब्द नव्हे. ओशोंचे ऐकून भाऊसाहेबांनी आपला दृष्टिकोन ठरवला असा अर्थ कुणी काढू नये. कारण आयुष्यात ह्या पद्धतीने कोणीच कधी जगत नाही. जन्माला येतानाच प्रत्येकजण आपापला सूर स्वतंत्रपणे घेऊन येतो. संगीताच्या शास्त्रात सातच सुरांचं सप्तक असेल, पण जीवनाच्या प्रांतात जेवढे जीव तेवढे सूर. पृथ्वीच्या पाठीवर या क्षणी असंख्य गाड्या रुळावरुन धावत असतील. योगायोगानेच काही काही स्टेशन्सवर 'अप-डाऊन' या गाड्या समोरासमोर येतात. तेवढ्यापुरतीच अनेकांची विचारप्रणाली एकच आहे, हे लक्षात येतें. 'आयुष्याकडे कविता म्हणून पाहा' असं ओशो स्वत: सांगतात, त्याप्रमाणे ते स्वत: तसे जगलेही. भाऊसाहेबांनी तर जीवनाचंच शायरीत रुपांतर केलं. म्हणूनच भाऊसाहेबांच्या मैफिलीत ' क्या बात है!'--ह्यासारखा वर्षाव होतो, तेव्हा तो वर्षाव प्रत्यक्ष जीवनावरच असतो. म्हणूनच भाऊसाहेब म्हणतात,

ह्याच शेरांनी जगाची उत्स्फूर्त वाहवा घेतली
दीनता नव्हती कुठे, नाही अरेरे घेतली
नुसतीच ना अपुली व्यथा, शेरात मी सांगितली
वाटले जैसे नव्याने गीता कुणी सांगितली

आयुष्याचंच दुसरं नाव शायरी किंवा कविता. हा संकल्प एकदा सोडला, म्हणजे शायरीला कुठलाच विषय वर्ज्य नाही. ह्या भूमिकेत एक जास्तीचं वरदान म्हणजे 'वर्ज्य' विषय कुठलाही असला तरी त्याच्यावरच्या काव्यातून आनंदनिर्मितीच व्हायला हवी--ही भाऊसाहेबांनी घेतलेली भूमिका. रंगमंचावर 'स्पॉटलाईट' टाकल्यावर ज्याप्रमाणे तेवढाच भाग उजळून निघतो, त्याप्रमाणे भाऊसाहेबांच्या अनेक काव्यपंक्ती एकामागून एक समोर येतात.

यौवनात पदार्पण केलेल्या कोणत्याही युवतीच्या नाजुकतेवर अनेक काव्यं निर्माण झाली आहेत. पण ह्या कल्पनेपलीकडे कुणी गेलं असेल असं वाटत नाही.

नाजूकता ऐसी कुणी पाहिली नाही कधी

नजरही आम्ही तिच्यावर, टाकली नाही कधी

भय अम्हा नाजूकतेचे हेच होते वाटले

भारही नजरेतला या, सोसेल नव्हते वाटले

टाकिसी हळुवार अपुली नाजूक इतुकी पाऊले

टपकती हलकेच, जैसी पारिजाताची फुले

नाजूकता जाणून आम्ही आधीच होती बिछविली

पायतळी केव्हाच तुझिया विकल हृदये आपुली

इतुका तरी हा स्पर्श हृदया होईल होते वाटले

इतुके तरी सदभाग्य उदया येईल होते वाटले

कल्पना नाजुकतेची आम्हासही नव्हती कधी

गेली आम्हा तुडवून, आम्हा कळलेच ना गेली कधी

असं सांगता-सांगता त्याही वयात हे दिवस फार टिकणारे नव्हते ह्याचं भान ठेवून भाऊसाहेब म्हणतात,

ऐसे नव्हे की आजही, कंटाळलो तुम्हास मी

सौंदर्य का विषयातले या, केव्हा कुठे होते कमी

आज घटिका जीवनाची संपावयाला लागली

शुक्रिया, दारी कुणाची चाहूल येऊ लागली

कोणतीही व्यक्ती प्रेमात पडली रे पडली, अगदी स्पर्शाच्या राजधानीपर्यंत पोचली, तरीसुद्धा शब्दात भावना व्यक्त केल्याशिवाय तिला राहवत नाही. स्पर्शाचं महात्म्य अगाध मानलं तरीसुद्धा त्याला डोळ्यांतल्या अश्रूंची सर नाही.

'भावना अनावर झाल्या म्हणजे अश्रूच का ओघळतात?'--असा प्रश्न एकाने ओशोंना विचारला होता.

ओशोंचं उत्तर ऐकल्यावर भाऊसाहेबांच्या एका ओळीची आठवण अपरिहार्यपणे होते.

करुणाधनाचे दूत जैसे सांत्वनाला धावले

किंवा

वाटले, कोण्या ऋषींची साथ आहे भेटली

दोन तत्त्वचिंतक जेव्हा पूर्णत्वाच्या पातळीवर पोचतात तेव्हा त्यांचा उद्गार एकच असतो. खरं तर ते त्या दोघांचे उद्गारच नसतात, एकच चैतन्याचं गीत दोघांच्या रसनेवर नाचत असतं.

ओशोंनी त्या माणसाला सांगितलं,

"अंत:करण जास्तीत जास्त स्वच्छ करण्याचं सामर्थ्य फक्त अश्रूंजवळ असतं.''

मला स्वत:ला तर असं वाटतं की ते आत्म्याने केलेलं स्नान आहे. सीतेच्या अग्निदिव्याइतकं उत्तुंग.

तरीही माणसांना, प्रेमिकांना पत्राचं महत्त्व का वाटतं? केवळ पत्रव्यवहार ठेवल्यामुळे लेखी पुरावे निर्माण झाले. अनेक संसार उद्ध्वस्त झाले. तरीही प्रेमिकांना भावुक, आकर्षक मायेने लिहिलेली पत्रं का हवी असतात? मला वाटतं, ते पत्र नसतंच, मनात आटलेल्या प्रतिमेचं ते चित्र असतं. देवाणघेवाण होते ती नष्ट न होणाऱ्या चित्रांची आणि बभ्रा होतो पत्रांचा. इथंही भाऊसाहेबांची प्रेयसी वेगळीच.

पत्र तिला प्रणयात आम्ही खूप होती धाडिली

धाडिली होती अशी की, नसतील कोणी धाडिली

धाडिली मजला तिनेही, काय मी सांगू तिचे

सर्व ती माझीच होती, एकही नव्हते तिचे

पत्रात त्या जेव्हा तिचेही, पत्र हाती लागले

वाटले जैसे कुणाचे गाल हाती लागले

पत्रातही त्या हाय! तेथे काय ती लिहिते बघा

माकडा आरशात आपुला चेहरा थोडा बघा

स्वत:च्या ह्या प्रेमप्रकरणाकडे भाऊसाहेब जेव्हा कालांतराने बघतात, तेव्हा हेही व्यक्त करुन मोकळे होतात,

सार्थता संबोधनाची आजही कळली मला

वैयर्थ्यता या यौवनाची तीही आता कळली मला

जीवनातलं हे सत्य मान्य करतातनाच, एक खोडकर भाऊसाहेब पुढे येऊन म्हणतो,

नाही तरीही धीर आम्ही सोडला काही कुठे

ऐसे नव्हे की माकडाला, माकडी नसते कुठे?

यौवनाची वैयर्थ्यता मानत असतानाच भाऊसाहेब जेव्हा आरशासमोर उभे राहतात, तेव्हा वेगळीच भूमिका घेतात.

दर्पणी वार्धक्य माझे, ना पाहतो ऐसे नव्हे

समजाविंतो अपणा तरीही, जाऊ द्या तो मी नव्हे

'तो मी नव्हेच' हे शब्द उच्चारले रे उच्चारले म्हणजे सह्याद्रीएवढे भव्य असे

आचार्य अत्रे डोळ्यासमोर उभे राहतात आणि आचार्य अत्र्यांपाठोपाठ प्रभाकर पणशीकरांची आठवण येते. एक हार्ट ॲटॅक येऊन गेल्यावर, कानडी भाषेचा अभ्यास करुन पणशीकरांनी 'लखोबा निजलिंगप्पा लोखंडे' कानडी समाजासमोर सादर करुन लोखंडे हे नाव सार्थ केलं.

कुण्या एके काळी माधव काजी नावाच्या इसमाने नाव, आडनाव, वेष, व्यवसाय बदलून अनेक घरंदाज मुलींशी लग्नं केली. तो खटला महाराष्ट्रभर गाजला. त्या खटल्याचे सगळे कागदपत्र मिळवून आचार्य अत्र्यांनी मरगळ आलेल्या रंगभूमीला पुन्हा चालना दिली. अत्र्यांच्या बरोबरीने प्रभाकर पणशीकरांची भूमिका घरोघरी पोचली. प्रत्यक्षातला माधव काजी म्हणजे 'तो मी नव्हेच' मधला 'लखोबा निजलिंगप्पा लोखंडे.'

भाऊसाहेबांना इथे एका गोष्टीचं फार वाईट वाटतं. ते म्हणतात,

"अरे, त्या कोण्या काजीने विशेष काय केलं? एक दहा-बारा बायकांना फसवलं असेल. समाजात एकच काजी आहे का?"

असा प्रश्न विचारुन भाऊसाहेब सांगतात,

प्रहसनी 'तो मी नव्हे'च्या सर्वांस जो की फसवितो

काय त्या काजीत, येथे जो तो स्वतःला फसवितो

ऐसे नव्हे की प्रहसनी त्या फक्त काजी जन्मला

मंचावरी काजीस जेव्हा कौतुके मी पाहतो

हासतो गालात, वाटे, काजीस काजी पाहतो

अत्र्यांचा काजी त्या मानाने सामान्यच. त्याने त्याच्या हयातीतच लोकांना जे काय फसवलं असेल ते. पण आम्ही मेल्यानंतरसुद्धा दुनियेला धोका दिला, तरी अत्र्यांना आम्ही दिसलो नाही?

दोस्तहो, दुनियेस धोका मेलो तरी आम्ही दिला

येऊनही नरकात, पत्ता कैलासाचा आम्ही दिला

इतकं सांगून खळखळून हसून ते मैफिलीला सांगतात,

"कैलासवासी भाऊसाहेब पाटणकर. मेल्यानंतर धोका देण्याशिवाय आम्हाला गत्यंतरच नव्हतं. दुनियेला धोका देण्यासाठी काही 'प्लॅनिंग' हवं का नको? थोडं आयुष्य तरी उरायला हवं का नको? म्हणून आम्ही मेल्यावर धोका दिला. त्याचाही उपयोग झाला नाही.

हाय, हे वास्तव्य माझे, सर्वांस कळले शेवटी

सारेच हे सन्मित्र माझे, येथेच आले शेवटी

बोललो पाहून त्यांना, येथे कसे आला तुम्ही
होता तुम्ही सद्वृत्त, ऐसे अमुच्या परी नव्हता तुम्ही
बोलले जैसे जगाला तू कुशलतेने फसविले
आम्ही अरे तैसेच अमुच्या साधेपणाने फसविले

आयुष्यभर एवढी बेवकुफी केल्यावर आम्हाला कुणी कैलासावर स्थान देईल का? आमची जागा पक्की. पण माझ्या मरणाची नुसती वार्ता पसरली, तेव्हा काय झालं माहीत आहे?

मृत्यूची माझ्या वदंता सर्वत्र जेव्हा पसरली
घबराट इतुकी नरकलोकी केव्हाच नव्हती पसरली
प्रार्थिता देवास, म्हणती सारे आम्हाला वाचवा
वाचवा आम्हास आणि, पावित्र्य इथले वाचवा

कीर्ती कधीकधी फुकटात कशी मिळते, ह्याचंही वर्णन ते करतात.

म्हणती मला शाबास, साऱ्या विषयांस तुम्ही सोडले
मी तरी सांगू कशाला, कोणी कुणाला सोडले
ओळखी या संयमाशी माझी तशी नव्हती कधी
दोस्तहो, कीर्ती अशी फुकटातही येते कधी

जाता-येता उपदेश करणाऱ्या परिवाराला भाऊसाहेब ठणकावतात--

जातो तिथे उपदेश आम्हा सांगतो कोणीतरी
कीर्तने सारीकडे, चोहीकडे ज्ञानेश्वरी
काळजी अमुच्या हिताची एवढी वाहू नका
जाऊ सुखे नरकात आम्ही, तेथे तरी येऊ नका

स्वत:च्याच गतजीवनाचा मागोवा घेताना वा.वा. सांगतात,

ऐसे नव्हे की बेवकुफी माझी मला ना समजली
समजली प्रत्येक वेळी, थोडी उशिरा समजली

एकदा मनात आलं ते हे,

वाटे धरु सन्मार्ग आता, काळ थोडा राहिला
वाटे कशाला व्यर्थ, आता काळ थोडा राहिला

ह्या जीवनाच्या परीक्षेत आपण काही पास होत नाही हे समजलं मग,

आहे जरी नक्कीच ठरले व्हायचे नापास मी
मिळवुनियाही काय आता, हस्ताक्षराचे मार्क मी

स्वत:च्या निष्क्रिय जिण्याबाबत बोलताना खूप धाडस लागतं. ह्या शिकाऱ्याजवळ हे धाडस आहेच.

शब्दही ह्या पौरुषाचा बोललो नाही कधी

जगलो असा चुपचाप, जैसा, जन्मलो नाही कधी

काही कधी कुठे आंदोलनात भाग घेतला नाही. सत्याग्रह नाही. रावबहादूर, रावसाहेब जसं जगतात, तसा जगलो. मग दीर्घायुष्य लाभलं तर नवल काय?

दीर्घायुषाचे मर्म माझ्या समजणे सोपे नव्हे

मृत्यूसही वाटेल, याला हातही लावू नये

संपूर्ण जीवनाचा पट भाऊसाहेब मैफिलीसमोर उभा करतात. अनेकांना भाऊसाहेबांच्या जीवनात स्वत:च्या आयुष्याची प्रतिबिंब पाहिल्याचा आनंद मिळतो. मैफिलीतली अनेक माणसं नाहीशी होतात आणि त्या मैफिलीचा एक विराट भाऊसाहेब होतो. तोच वा.वां.च्या समोर उभा राहतो. भाऊराहेबांच्या बाबतीत हीच अवस्था उलटी झालेली असते. मैफिलीत जेवढे श्रोते असतात, तेवढ्या रुपांत भाऊसाहेब विरुन जातात. अनंत रुपांत भाववृत्तीने प्रकट होतात आणि नम्रतेने मैफिलीला म्हणतात,

वाहवा ऐकून सारी आहात जी तुम्ही दिली

मानू अम्ही आहे पुरेशी तुमच्याही जिंदादिली

समजू नका वाटेल त्याला आहे दिली जिंदादिली

आहे प्रभूने फक्त काही भाग्यवंतांना दिली

हास्यही मी त्या प्रभूचे हास्यात तुमच्या मानतो

आशिर्वचे त्याची जशी या वाहवांना मानतो

ऐसे जरी येते मनी, ही शायरी आता नको

खूप झाली बेवकुफी, जास्ती तरी आता नको

आता परावाणीत आहे शायरी मज गायची

आजवरी शब्दातुनी जी वाहवीली शायरी

यापुढे वाहील नुसती नयनांतुनी गालांवरी

श्रोता आम्ही या शायरीचा, तोच आता समजतो

अर्थ जो या आज नुसत्या आसवांना समजतो

तो प्रभू सर्वांतरात्मा आज मत श्रोता हवा

सांगतो तयाच्या मुखीही, हीच घेऊ वाहवा

प्रिय भाऊसाहेब,

जीवनातल्या सगळ्या दालनांना तुम्ही स्पर्श केलात. तिथे नांदलात. कोणतंही दालन वर्ज्य मानलं नाही. आयुष्यातल्या कोणत्याही अवस्थेची निर्भर्त्सना केली नाही. ओशो म्हणतात, 'जो तुझे मंजूर, वो हमे मंजूर.' त्याप्रमाणे सगळ्या क्षणांचं दरवाजावर तोरण लावून स्वागत केलं. तुमच्या मैफिलीच्या दरबाराला भिंती नाहीत. आणि छत आहे ते आकाशाचं. तुमची वैखरीतली शायरी ज्यावेळी माझ्यासारखा मर्त्य ऐकत होता, त्याच वेळेला ती शायरी तुम्ही ज्याला शेवटचा श्रोता म्हणता, तो प्रभू परावाणीत ऐकतच होता. हे माझ्यासारख्या छोट्या माणसाने तुम्हाला सांगण्याची आवश्यकता नाही. तुम्ही आम्हाला जिंकलंत. लालबहादूर शास्त्री ह्यांच्यासारखा अपवाद वगळला तर स्वातंत्र्य मिळाल्यापासून आमच्यावर आजतागायत कुणीही राज्य केलेलं नाही. आमच्या मनाचे गाभारे ज्यांच्यामुळे उदाधुपाने सुगंधित झाले ती माणसं वेगळीच आहेत. किती नावं सांगू? संगीताच्या दालनात लता, आशा, हृदयनाथ, वसंतराव देशपांडे, जितेंद्र अभिषेकी, मदनमोहन, वसंत देसाई, शंकर-जयकिशन, सलील चौधरी अशी फौज आहे. कलावंतांचं दालन उघडावं तर मा. नरेश, दिनकर कामण्णा, भार्गवराम आचरेकर, मा. दत्ताराम, डॉ. काशिनाथ घाणेकर, शंकर घाणेकर, श्रीराम लागू, सतीश दुभाषी, रामचंद्र वर्दे, जोत्स्नाबाई, मा. अविनाश, भक्ती बर्वे, सुलोचनाबाई, हंसा वाडकर, जयश्री गडकर...छे, यादी संपतच नाही. नाटकांची नावं आठवावीत तर 'कट्यार काळजात घुसली', 'शारदा'... 'पुण्यप्रभाव'मधील नानासाहेब फाटक, 'आंधळ्यांची शाळा' म्हटलं की केशवराव दाते ह्यांसारखी शिखरं मोजायची किती? आपलं आयुष्य समृद्ध करणाऱ्या एकूण एक माणसांची नावं न आठवणं ही एक अमानुष शोकांतिका आहे. पण ही शोकांतिकासुद्धा सहन करायची शक्ती तुमच्या शायरीने दिली. म्हणूनच जे मला वाटतं, ते तुम्ही आधीच सांगितलेलं आहे.

स्वर्गातिही जाऊन आता काय मज मिळवायचे
मिळविले सारेच येथे, स्वर्गात जे मिळवायचे
इंद्रा, अरे सांगू नको त्या मेनका अन् उर्वशा
कोणा हव्या विसळूनी तुमच्या, या चहाच्या कपबशा
कल्पवृक्षांची तुझ्या या ना आम्हा मातब्बरी
अमुच्या अरे या कुंपणाची, त्याहुनी मेंदी बरी

भाऊसाहेब, तुमच्या ह्या ओळीऐवजी मला असं म्हणावंसं वाटतं,

वासुदेवाची अरे, ह्या त्यापरी शायरी बरी

तुम्ही म्हणता,

त्यांनाच ने स्वर्गात ज्यांनी त्रास येथे भोगला

राहून नुसत्या संयमाने, वनवास येथे भोगला

आम्हा कशाला स्वर्ग, आम्हा काहीच ना येथे कमी

आहे जरा जास्तीच येथे, स्वर्गात जे आहे कमी

तुम्ही असं म्हणा, पण मी असंच म्हणेन

शायरी आहे इथे, स्वर्गात जी आहे कमी

आसवे आहेत येथे, दर्दही आहे इथे

प्राण माझ्या जीवनाचा विकसतो आहे इथे

हे हवे आम्हास, आम्ही स्वर्ग याला मानतो

साफल्य साऱ्या जीवनाचे, आसूंत आम्ही मानतो

ह्या शेवटच्या ओळीबाबत मी तुमच्याशी शब्दांनी नव्हे तर वाहत्या अश्रूंनीशी सहमत आहे. मोकळेपणी रडण्याकरिता खूप सामर्थ्य लागतं. एकांतात रडायला काही फार किंमत लागत नाही. उत्कटतेचा मोहर अश्रूंतूनच कोसळतो. आज माझ्यासमोर माझ्या स्वत:चा कार्यक्रम संपल्यावर माझ्याहूनही वयाने जेष्ठ असलेली माणसं, मी प्रत्यक्ष रडताना पाहिली आहेत. फार कशाला पं. भीमसेन जोशी, खानसाहेब अब्दुल हलीम जाफरखाँ, बिस्मिल्ला खाँ यांची सनई ऐकून रडणारी माणसं काही कमी नाहीत. ह्या सगळ्याचा आस्वाद कसा घ्यावा हे तुम्ही शिकवलंत. तुम्ही नुसतंच शिकवलं असं नाही, तर माझ्यासारख्याचा प्राणही तुम्ही वाचवला. मी कसा वाचतो हे तुम्हाला सांगू?

जीवनाची रेलगाडी ना कळे नेते कुठे

तिकिटावरी तर स्टेशनाचे नावही नाही कुठे

फुकटात ना येथे अम्हा, आहे कुणी येऊ दिले

दाम साऱ्या सुकृत्याचे मोजुनी आम्ही दिले

गोष्टी तशा तर खूप आम्ही, एकमेका सांगतो

आहे कुणी टी.सी. परी, हे ना कुणा समजायचे

एकटा तो फक्त जाणे, कोणा कुठे उतरायचे

फेकतो वाटेल त्याला, उचलुनी खिडकीतुनी

सांगती की, खूप त्याची सवय ही आहे जुनी

फेकण्या मजला तसा तो, सरसावला थोडा पुढे

देहात्मतेचा कोट नुसता, मी फेकला त्याच्यापुढे

उचलुनी तो कोट त्याने फेकला खिडकीतुनी

केला मला आदाब आणि, अदृश्य झाला लाजुनी

**रेलही अदृश्य झाली, काही असेही वाचले
तिकिटावरी मी शब्द आता 'निर्वाण' इतुके वाचले**

भाऊसाहेब, मी वरती म्हणालो की तुम्ही मला जगायला शिकवलंत. इतकंच नव्हे तर वाचवलंसुद्धा. तुमच्या या जीवनातल्या रेलगाडीतला टी.सी. कोण आहे हे मला समजलंय. त्याची भीती कुणाला वाटते हेही लक्षात आलंय. मी म्हणजे 'देह' आहे अशी ज्यांची धारणा आहे. त्याच प्रवाशांना ह्या टी.सी.ची दहशत आहे. तुम्ही देहात्मतेचा कोट फेकून दिलात. आणि त्या टी.सी.ला नमस्कार करायला लावलंत. त्यानंतर तुम्ही म्हणता,

'हा कोट एकदा फेकून दिला म्हणजे, रेल्वे तरी कशी अस्तित्वात राहील. हे सगळे विचार मला बौद्धिक पातळीवर पटलेले आहेत. आतापर्यंतच्या माझ्या प्रवासात जेवढी हिच्या-माणकांसारखी माणसं त्या टी.सी. ने खिडकीतून फेकून दिली, त्या माणसांच्या आठवणीच्या जखमा टी.सी. माझ्याजवळ आलेला असतानासुद्धा, अजून वाहत आहेत. मरण हे मी अजून वैचारिक पातळीवरच मानतोय. मानसिक स्तरावर मी कुणाचंच मरण सोसू शकत नाही. पण तुम्ही देहात्मतेचा कोट फेकल्यावर,

रेलही अदृश्य झाली, काही असेही वाचले

ह्या ओळीतल्या 'काही'मध्ये मीसुद्धा आहे.
शेवटी भाऊसाहेब, तुम्हाला काय सांगू?

**नुसतेच नाही शब्द, तुम्ही दिधली आम्हाला शायरी
माधवाची, केशवाची, अर्पिली अम्हा बासरी
साध्याच अमुच्या जीवनाचे, गीत तुम्ही गुंफले
हसण्यासवे आसवांचे सोने तुम्ही लुटविले**

॥ इति ॥